THE LAST ADVENTURES OF SHERLOCK HOLMES

NOW IN
MARATHI

THE LAST ADVENTURES OF SHERLOCK HOLMES

NOW IN
MARATHI

जयको पब्लिशिंग हाऊस

अहमदाबाद बँगलोर चेन्नई

दिल्ली हैदराबाद कोलकाता मुंबई

Published by Jaico Publishing House
A-2 Jash Chambers, 7-A Sir Phirozshah Mehta Road
Fort, Mumbai - 400 001
jaicopub@jaicobooks.com
www.jaicobooks.com

THE LAST ADVENTURES OF SHERLOCK HOLMES
शेरलॉक होम्सच्या अखेरच्या काही साहसी कथा
ISBN 978-81-8495-192-9

First Jaico Impression: 2010
Fourth Jaico Impression: 2018

Printed by
Trinity Academy For Corporate Training Limited, Mumbai

अनुक्रमणिका

१

व्हिस्टेरिया लॉज

मार्चमधला कुठला तरी दिवस असावा ! आता नक्की दिवस-वार काहीही आठवत नाही, पण १८९२ साल होतं. तशी मी माझ्या डायरीत नोंदही केलेली आहे. त्या दिवसाचा प्रारंभच अतिशय विचित्रतेत झाला. अजूनही मला स्वच्छ आठवतं आहे. आदल्या रात्री मला झोप आली नव्हती. सकाळी देखील अंगात थोडा ताप होता. होम्सनी माझ्यासाठी कॉफी केली, पण मला ती घ्याविशी वाटेना ! बाहेर वातावरणातही एक प्रकारचे औदासीन्य जाणवत होते. महत्त्वाचं म्हणजे सकाळी अकरा वाजता देखील विलक्षण अंधारुन आलं होतं. एखाद्या ग्रहणामधलं वातावरण जसं असावं, तसं काही तरी वाटत होतं.

होम्स मात्र शेकशेगडीजवळ आपल्या आवडत्या खूर्चीत पाईप ओढत बसला होता. धुराच्या वलयात तो जरी हरवला असला तरी अधून मधून तो आपल्या हातातल्या तारेकडे पहात होता. एके क्षणी त्यानं ती तार मला दिली आणि वाचायला सांगितली. ती स्कॉट एक्सलेची तार होती.

होम्सनी मला विचारलं, 'वॉटसन ती तार वाच ! त्यातला

अघोरी या शब्दाचा अर्थ मला कळत नाहीये. तू वाच तर ?'

मी ती तार वाचली...चेरिंग क्रॉसवरुन ती तार आली होती.

माझा माझ्यावरच विश्वास बसत नाहीये.
पण अघटित-अघोरी असे माझ्याबाबत घडते आहे.
सल्यासाठी येतो.

स्कॉट एक्सले

अघटित-अघोरी हे दोन्ही शब्द खरोखरीच विचार करण्यासारखे आहेत. मुख्य म्हणजे होम्सप्रमाणेच मलाही ते खटकणारे वाटले. पण त्याचा नीटसा अर्थ कळला नाही.

तरीदेखील मी होम्सला म्हटलं, '*अघोरी* याचा अर्थ क्रूरकर्मी कृत्य. सहसा सर्वसाधारण जीवनात न दिसणारे साहसी आणि सर्वस्वी वेगळे असे कृत्य, असाही त्याचा अर्थ होऊ शकेल.'

होम्सनी माझ्याकडे पाहिलं. आपला पाईप त्यानं टेबलावर ठेवला आणि मला म्हणाला, 'या अघोरी कृत्याचा तपशील लवकरच आपल्याला कळेल !'

तेवढ्यात जिन्यावर पावलं वाजली. मी माझ्या जागेवरुन उठलो आणि दरवाजा उघडला तर दरवाज्यात एक उंचपुरा व गोऱ्या वर्णाचा माणूस उभा होता. त्याचं शिक्षण फारसं झालं नसेल पण एकंदरीत तो व्यवहारात चतुर असावा ! त्याचे केस विस्कटलेले होते आणि चेहरा पडलेला होता. बहुधा त्यानी अंघोळही केलेली नसावी. त्याला विलक्षण घाम आला होता. कोणीतरी ढकलल्यासारखा तो

तिथल्या खूर्चीत बसला. होम्सनी मला त्याला ब्रँडी देण्यासाठी खूण केली. मी ती दिली आणि त्याला रिलॅक्स व्हायला सांगितले.

ब्रँडीचे चार घुटके पोटात जाताच, त्याच्या डोळ्यात किंचित चमक आली. त्यानं आळीपाळीनं होम्सकडं आणि माझ्याकडं पाहिलं.

होम्सनी त्याच्याकडे निरखून पहात विचारलं, 'तुमच्या या *अघोरी* शब्दाचा अर्थ काही आम्हाला कळला नाही.'

'मलाही माहित नाही, पण तसा अनुभव मात्र मला आला खरा. अघोरीच अनुभव म्हणायला लागेल.'

मी केसिंग्टन इथला राहणारा. माझी स्वत:ची थोडी फार शेती आहे. शेतीला लागणारे काही सामान खरेदी करण्यासाठी मी ऑक्सशॉटला नेहमी जात येत असतो. तिथं एकदा माझी गार्शिया नावाच्या माणसाशी गाठ पडली. तो दिसायला गोरापान पण बुटका आहे. तो इंग्रजी जरी सफाईनं बोलत असला तरी तो इथला नसावा असं मला वाटतं होतं. पुढे अधिक ओळख झाल्यावर, त्यानं आपण स्पॅनिश असल्याचं सांगितलं. तो ऑक्सशॉटजवळील विस्टेरिया लॉजवर राहतो. बाजारापासून वीस मिनिटाच्या अंतरावर हे लॉज असल्याचं तो मला एकदा म्हणाला होता.

काही कामासाठी तो केसिंग्टनला येत असे. आता तो कोणत्या कामासाठी आमच्या गावात येत होता, हे मला माहित नाही. त्याला तंबाखू खूप आवडते आणि मलाही. तसा मी कमी बोलणारा माणूस. पण या तंबाखूमुळे आमची खरी ओळख झाली. धंद्याची त्याला चांगली समज असावी. बोलताना ती सारखी जाणवायची. गावात तो आला की आम्ही दोघं मोकळेपणानं बोलायचो. म्हणजे तोच बोलायचा आणि मी फक्त ऐकण्याचं काम करायचो.

एकदा त्याला परतायला बराच उशीर झाला. तेव्हा मी त्याला माझ्याकडेच थांबायचा आग्रह केला. एक रात्र थांबला आणि पहाटे निघूनही गेला. जेमतेम आमची पाच-सहा महिन्यांची ओळख. आता तो माझ्याकडे आला म्हटल्यावर, त्यानंही मला त्याच्याकडे येण्याचं आमंत्रण दिलं.

खरं तर असा हिशोबीपण मला आवडत नाही. पण एक दिवस मला काय वाटलं कुणास ठाऊक, एके दिवशी मी गार्शियाकडं जायचं ठरवलं. तसं मी त्याला पत्रही पाठवलं. माझा दुसरा एक जवळचा मित्र मला म्हणाला, 'कोणी आपल्याला घरी बोलावलं की लगेच जाऊ नये. तशी तुझी आणि त्याची अशी कितीशी ओळख आहे ? मुख्य म्हणजे तुला त्याच्याविषयी काही माहिती आहे का ? काही संबंध हे वरवरचे असतात, अगदी व्यवहारापुरते.'

पण मी त्याचं म्हणणं फारसं मनावर घेतलं नाही. अर्थात मी लगेचच जायला तयार झालो असेही नाही. पण एकदा मला ऑक्शॉटला पेरणीसाठी काही खतं आणायची होती. काही अवजारेही मला नव्यानं घ्यायची होती. त्यामुळे एक दिवस तरी मुक्काम पडणारच होता. मनात आलं, नाहीतरी मी कुठं तरी राहणार आहे, तर...गार्शिया एवढं बोलवतो आहे तर त्याच्याकडे जाऊन यावं. अर्थात तसं मी त्याला पत्रानं कळवलंही.

मूळ बाजारापासून जवळ जवळ अर्ध्यातासाच्या अंतरावर त्याचं ते लॉज आहे. अत्यंत जुनं पुराणं लॉज. बहुधा स्वस्तातलं असणार. त्याची पाटीही मोडकळीला आलेली. तिथं आजूबाजूला तशी वस्ती कमीच आहे. अंधारच आहे बराचसा आणि रस्ताही विलक्षण खडबडीत. मी खरं तर घोडागाडी करुन गेलो होतो. पण पुढे

रस्ता इतका खडबडीत होता की घोडेवाला पुढे जायला तयार होईना! मग मी अलीकडे उतरलो आणि कच्च्या रस्त्यावरुन लॉजच्या दिशेनं जात राहिलो. काही ठिकाणी पाणीही साचलेलं होतं.

तसं लॉज सापडायला मला वेळ लागला नाही. मी तिथं गेलो, तेव्हा खालच्या मजल्यावर कोणीच नव्हतं. म्हणून मी दुसऱ्या मजल्यावर गेलो आणि तिथला दरवाजा ठोठावला. स्वत: गार्शियानंच दरवाजा उघडला. मला पाहून त्याला इतका आनंद झाला की काही विचारू नका !

तिथं आणखी दोघे जण होते. बहुधा त्याचे साथीदार असावेत. त्या दोघांनी एकवार माझ्याकडं पाहिलं आणि ते आत निघून गेले. गार्शिया मात्र माझ्याशी बोलत होता. पण तुम्हाला सांगतो वातावरणात विलक्षण ताण होता आणि तोच मला खूप विचित्र वाटत होता. एकदा मनात आलं, आपण इथं येऊन काही चूक तर केली नाही ना ?

संध्याकाळी जेवणाच्या वेळी गार्शिया काही तरी विनोद करीत होता पण उरलेले दोघं काहीच बोलत नव्हते. तेवढ्यात कोणीतरी दार वाजवलं. मला कोण होतं ते दिसलं नाही. पण कोणीतरी गार्शियाला एक पत्र दिलं. ते पत्र गार्शियानं वाचलं आणि त्याचा चेहरा दुसऱ्या क्षणाला बदलला. त्याला घामच फुटला. त्यानं ते पत्र तिथल्या शेकशेगडीत टाकलं. नंतर मात्र गार्शियाचा पार नूरच उतरुन गेला. तो माझ्याशी बोलत होता पण त्याचं माझ्या बोलण्याकडे विशेष लक्ष नव्हतं. त्यानं आपलं जेवण अर्धवट टाकलं. खरं सांगायचं तर मलाही त्यांच जेवण फारसं आवडलं नाही.

मग मी आणि ग्लोरिया गप्पा मारण्यासाठी तिथल्या शेजारच्या खोलीत गेलो. तेव्हा उरलेल्या त्याच्या दोन मित्रांत काहीतरी कुरबूर

सुरू होती. तीही मोठ्या दबक्या आवाजात. इकडे ग्लोरिया माझ्या समोर बसला होता पण बोलत मात्र काहीच नव्हता ! तो अखंड सिगारेट पित बसला होता. अधून मधून खोलीतल्या खोलीत फेऱ्या मारत होता. खरं तर मला इतकं विचित्र वाटत होतं की कुठून मी इथं आलो असं मला झालं.

शेवटी मीही झोपायच्या तयारीला लागलो. एके क्षणी ग्लोरिया, आलोच म्हणून निघून गेला. मी तिथला पेपर वाचत बसलो. रात्री कधी तरी माझा डोळा लागला. बहुधा अकरा वाजले असावेत.

मध्यरात्री माझ्या नावानं कोणीतरी हाक मारली. रात्रीचे दोन वाजून गले असावेत. ग्लोरिया मला विचारत होता, 'झोप लागते आहे ना ? सॉरी, तुला डिस्टर्ब केलं. झोप तू ?'

मग मात्र मला झोप लागली. सकाळी नेहमीपेक्षा लवकर जाग आली. सव्वा सात वाजले होते. मनात आलं अंघोळ करावी आणि ग्लोरियाचा निरोप घेऊन बाजारात जावं.

खोलीबाहेर आलो तर तिथं कोणीच नव्हतं. त्याच्या पलीकडे एक छोटी रुम आहे, तिथं ग्लोरिया असेल म्हणून तिकडे गेलो पण तिथंही कोणी नव्हतं ! मी गोंधळून गेलो. तिथल्या किचनमध्ये गेलो तर सामान, काही भांडी इतरत्र पडली होती.

बाथरुममध्ये गेला तर....मला अंघोळच करवेना. आत जेवणाची ताट तशीच होती आणि ताटात एक अर्धवट कोंबडी मारुन टाकली होती. काही लिंबं, कुकूं आणि काही मिरच्या होत्या. त्या कोंबडीचे डोळे उघडे होते. तिची मान कापली होती ?'

'एक मिनिट, वॉटसन हा तपशील जरा लिहून ठेव. हां, बोला आता ? मी उत्सुकतेने तुमची हकीगत ऐकतो आहे.'

'आजूबाजूलाच नव्हे तर अख्या लॉजवर कोणी नव्हतं. मग मात्र माझी चांगली तंतरली. मला काय करावं काहीच कळेना. मग माझ्या मनाने घेतलं की येथून जेवढ्या लवकर होईल, तेवढ्या लवकर जायला हवं !

मी थोडसं पाणी तोंडावर मारलं आणि लगेचच जिना उतरुन खाली आलो. अवती-भोवती पाहिलं. पण कोणीच दिसंना ! मला जरा बरं वाटलं. आता कधी एकदा मी बाजारात जातोय, असं मला झालं. हवा जाम पडली होती.

समोरुन एक गृहस्थ येत होता. त्यानं मला विचारलं, 'काय लागली का झोप ?'

'तुम्ही कोण ?'

'मी व्हिस्टेरिया लॉजचा मालक !'

'तिथं राहणारे ते तिघं जणं, ग्लोरिया..ही सगळी मंडळी कुठं गेली. इमारतीत तर कोणीच नाहीये.

'ग्लोरिया, कोण ग्लोरिया ?'

ते ऐकताच मी हबकलोच. मी ग्लोरियाचं वर्णन करुन त्याला सांगितलं. तेव्हा तो गृहस्थ म्हणाला, 'त्याचं नाव सॅम्युअल आहे. गेले असतील कदाचित ? पण त्यांनी महिन्याचं भाडं दिलेलं आहे. म्हणून मी महिन्याचं ॲडव्हान्स भाडं घेत असतो.'

एवढे बोलून तो लॉजच्या दिशेनं निघून गेला. मला दरदरुन घाम फुटला. मनात आलं, हे काय चाललंय सगळं ? सारंच अनाकलनीय, अघटित ! माझा मित्र म्हणत होता, तेच बरोबर होतं, एखाद्या अनोळखी माणसाच्या बोलवण्यावरुन जाणं, हा मूर्खपणाच आहे. ते आत्ता मला कळतय.

पोलिसात जाण्याची माझ्यात हिम्मत नव्हती आणि पोलिसात जाऊन तरी त्यांना मी काय सांगणार होतो. आता तर तो ग्लोरिया नाहिसा झाला होता आणि मुख्य म्हणजे त्याचं नाव ग्लोरिया नव्हतंच!

मग एके क्षणी होम्स, मला तुमची आठवण आली. मग मी तिथल्या पोष्टातून तुम्हाला तार केली. खरं तर मला काहीच सुचत नव्हतं. नऊ-सोडनऊ शिवाय बाजारही उघडणार नव्हता ! मी तिथंच एक चहा घेतला पण तोही कडवट वाटला.

मला काय करावं, हेच कळेना. सगळं जगच अनोळखी वाटायला लागलं. खरं तर मला काही अवजारं आणि खतं घ्यायची होती. त्या दुकानदाराला मी दुसऱ्या दिवशी येतो, म्हणूनही सांगितलं होतं. पण आता माझं कशातच लक्ष लागेना !

मग ठरवलं तुमच्याकडे जायचं ! म्हणून इथे आलो. ती मंडळी कोण आहेत ? त्यांचा आणि माझा काय संबंध ? ती अशी अचानक कशी गायब झाली ? होम्स, त्या ग्लोरिया ऊर्फ सॅम्युअलचं काय झालं असेल?

'सॅम्युअल ऊर्फ ग्लोरियाचा मृत्यू झालाय !'

एक्सेलने मागे वळून पाहिलं तर त्याच्यामागे इन्स्पेक्टर उभा होता. एक्सेलने घाबरुन त्यांना विचारलं, 'तुम्ही ?'

'हो. मी इन्स्पेक्टर ग्रेगसन आणि माझ्या सोबत आहेत इन्स्पेक्टर बेनेस. आम्ही दोघंही तझ्याच मागावरच आहोत. अगदी सकाळ पासून. तू इथं आलास आणि मग आम्हीही तुझ्या मागोमाग इथं आलो. होम्सना मी गप्प राहण्याविषयी सांगितल. आम्ही इथं दरवाज्यापाशीच होतो. तुझा सारा वृतांत-जबाब आम्ही ऐकला आहे आणि नोंदवलाही आहे.'

'पण तो गार्शिया का सॅम्युअल कसा मरण पावला ?'

'त्याचा खून झाला आहे.'

'काय ?'

'त्याच्या शोधासाठी तर आम्ही तुमचा पाठलाग करतोय. कारण सॅम्युअलच्या खिशात तुमचं पत्र मिळालं आहे. हे ते पत्र !'

'तुम्हाला असं वाटतं आहे का, की तो खून मी केला आहे? इन्स्पेक्टर, मला यातलं काहीच माहित नाही हो. कोण माणसं आहेत ती? माझी अगदीच जुजबी ओळख होती त्यांची. खरं तर अशा ओळखीवर जायचं म्हणजे...तोच तर मुर्खपणा केला मी !'

इन्स्पेक्टर ग्रेगसन होम्सकडे पाहून म्हणाले, 'स्कॉट एक्सले अगदी खरखुरं बोलतो आहे. ग्लोरियाला आलेलं पत्र हे सांकेतिक लिपीतील पत्र आहे. सुदैवानं हे पत्र आम्हाला शेकशेगडीत मिळालं. मुख्य म्हणजे शेगडी पेटलेली नसल्याने ते जळलं नव्हतं. हे घ्या ते पत्र?' असं म्हणून ग्रेगसनंनी ते पत्र होम्सकडे दिलं.

होम्सनी ते पत्र आपल्या नेहमीच्या सवयी प्रमाणे चार पाच वेळेला वाचलं. खिशातून त्यानं पाईप काढला आणि पेटवला. धुराच्या वलयात तो त्या पत्रातील सांकेतिकतेचा विचार करीत होता.

होम्स ग्रेगसनला म्हणाला, 'इन्स्पेक्टर हे पत्र वाचल्यामुळे ग्लोरिया अत्यंत अस्वस्थ झाला. इतका की त्याला घाम फुटला. ही सांकेतिक लिपी आपल्याला जर उलगडता आली तर सगळेच प्रश्न सुटतील. या पत्रात हिरव्या, निळ्या आणि पिवळ्या रंगांचा व काही बंगल्यांचा, घरांचा उल्लेख केलेला आहे. मुख्य म्हणजे या पत्रातली अक्षरे चिकटून हे पत्र मोठ्या मेहनतीने तयार केलं आहे. तुम्हाला या ग्लोरियाचं प्रेत कुठं मिळालं ?'

'ऑकशॉट स्टेशनच्या मागच्या बाजूला ! त्याच्या डोक्यात कोणीतरी मोठा दगड घातला असावा ! बरंच रक्त गेलेलं दिसतंय ! बरं आजूबाजूला काही पावलांच्या खुणाही नाहीत. ग्लोरियाच्या खिशात एक्सलेचं पत्र मिळालं.'

मी होम्सला विचारलं, 'होम्स, ग्लोरियाबरोबरचे इतर दोघेजण गायब झालेले दिसत आहेत. त्यांच इथं लॉज घेऊन राहणं, त्यांची सांकेतिक भाषा, कळत नकळत एक्सलेला आपल्या जाळ्यात ओढणं, ग्लोरियाचा मृत्यू या सगळ्याच गोष्टी मला संशयास्पद वाटत आहेत.'

'इन्स्पेक्टर, मी ग्लोरियाला आलेले पत्र माझ्याकडे ठेवतो. चालेल ना ? बघू या त्यातून काही अर्थ निघतो आहे का ?

'चालेल. पण हा तपास मला एकट्यानंच करायचा आहे. या गावात अशा केसेस तर फारच कमी मिळतात. स्वतंत्रपणे मी जर ही केस जिंकली तर....'

'जरूर इन्स्पेक्टर बेनेस. उलट मला आनंदच होईल. तुम्ही तुमच्या पद्धतीने काम सुरू करा. मी माझ्या पद्धतीनं तपास सुरू करतो. मला जर काही दुवे मिळाले तर तुम्हाला मी निश्चित कळवीन.'

ते दोघे इन्स्पेक्टर आणि एक्सले निघून गेल्यानंतर होम्सनी हडसन बाईंना दोन तारा करायला दिल्या.

'होम्स, हे काय करतो आहेस तू ?'

'वॉटसन, तिथल्या परिसरातील मोठ्या बंगल्यांची व घरांची मी नावे मागवली आहेत आणि दुसरं म्हणजे बाथरुममधील कापलेली

कोंबडीची मान, लिंबू, हळद-कुंकू व इतर साहित्य यांचेही आपल्याला अर्थ कळायला हवेत. मला वाटतं बळी देण्यापूर्वी अशा प्रकारचा विधी केला जातो.'

'पण होम्स, मला एक कळत नाही की त्यांनी एक्सलेचीच निवड का केली असावी ?'

'साक्षीदारासाठी !'

'काय ?'

'एक्सले एक सभ्य व साधा-सच्चा माणूस आहे. त्याचा साक्षीदार म्हणून उपयोग होऊ शकतो असे ग्लोरियाला वाटले असणार! मघाचंच उदाहरण घे ना, एक्सलेने जे आपले निवेदन केले त्यात इन्स्पेक्टरनी काही शंका काढल्या का ? दुसरं असं की रात्री एक वाजता ग्लोरियानी एक्सलेला झोपेतून उठवणं आणि झोप लागते का म्हणून विचारणा करणं...याचाच अर्थ एक्सलेचा ते साक्षीदार म्हणून वापर करणार होते.'

'होम्स, ग्लोरियाचा आणि त्याच्या दोन साथीदारांचा काही तरी प्लॅन असावा आणि त्याला साक्षीदार म्हणून एक्सलेसारखा उत्तम माणूस त्यांना हवा होता.'

'अगदी बरोबर वॉटसन ! तुझी हरकत नसेल तर आपण त्या व्हिस्टेरिया लॉजला भेट देऊ ! कारण आपल्याला आपल्या तपासाची सुरवात त्याच एरियातून करावी लागणार आहे.'

दुपारपर्यंत तारांची उत्तरे होम्सला मिळाली आणि मुख्य म्हणजे होम्स त्या पत्राचा अर्थ लावण्यात यशस्वी झाला.

आम्ही त्या लॉजच्या दिशेनं निघालो. होम्स आपला पाईप ओढत होता. एके क्षणी तो मला म्हणाला, 'वॉटसन, ग्लोरियाला त्या स्त्रीनं भेटायला बोलावलं होतं. म्हणजे आपण ती भेट उरकून एक वाजेपर्यंत परत येऊ असा त्याचा कयास असणार ! ही भेट ऑकशॉट स्टेशनजवळच असणार हे नक्की !'

आम्ही दबक्या पावलांनी आणि मागच्या दारांनी व्हिस्टेरिया लॉजच्या दुसऱ्या मजल्यावर गेलो. तिथल्या एका खिडकीतून होम्सनी हळूच आत डोकावून पाहिलं. आत एक पोलिस तिथल्या खुर्चीत बसला होता. कंदीलाच्या उजेडात त्याचा चेहरा स्पष्ट दिसत होता. होम्सनी खिडकीच्या काचेवर आवाज केला, तसा तो आतील पोलिस दचकला आणि चक्क किंचाळला !

मग मी आणि होम्स आत गेलो. त्याची ती किंचाळी ऐकून इन्स्पेक्टर बेनेसही धावत आला.

बेनेसने त्या पोलिसाला विचारलं, 'तुला घाबरायला काय झालं ? कोण दिसलं तुला ?'

'मला भीती वाटली.'

'कशाची?'

'साहेब, त्या खिडकीपाशी मघाशी कोणीतरी उभं होतं. दाढी वाढवलेला कुणीतरी इसम होता. मला वाटलं भास होतो आहे. पण दुसऱ्याच क्षणी तो चेहरा दिसेनासा झाला. मग काही वेळानंतर होम्स साहेब आले आणि त्यांनी खिडकीतूनच...'

'तू जर घाबरलास तर कसं होईल ? केव्हा तुला तो चेहरा दिसला ?'

'तासापूर्वी !'

होम्स आणि इन्स्पेक्टर बाहेर खिडकीपाशी गेले. तिथं खरोखरीच एका मोठ्या पावलांचे ठसे होते.

होम्सनी आणि इन्स्पेक्टर या दोघांनी जवळ जवळ अर्धा तास तिथं पाहणी केली. गार्शियाच्या कपड्यांवर *मार्क्स अॅन्ड कं* असा शिक्का मिळाला. आणि बाथरुममधील ते दृश्य...

ती कोंबडीची मान, काही लिंबं, रक्त आणि हळद-कुंकू असं सगळं सामान तिथं होतं. होम्सनी ते बारकाईनं पाहिलं आणि तो इन्स्पेक्टरला म्हणाला, 'इन्स्पेक्टर हा एक बळी देण्यापूर्वीचा विधी आहे.'

इन्स्पेक्टर होम्सला म्हणाला, 'बरोबर आहे. विशेषत: खेडेगावात हा प्रकार विशेषत्त्वानं चालतो. एखाद्यावर सूड उगवायचा असेल तर असले प्रकार केले जातात. त्यानंतर बळी दिला जातो.'

तेवढ्यात इन्स्पेक्टर ग्रेगसन एका कॉन्स्टेबलबरोबर तिथं आले. त्यांनी एका माणसाला बांधून आणलं होतं.

तेवढ्यात तो पोलिस ओरडला, 'हाच तो माणूस! हाच मघाशी इथं आला होता. त्या खिडकीपाशी उभा होता.'

ग्रेगसन, बेनेसला म्हणाला, 'याला फक्त स्पॅनिश येतं आहे. इंग्रजी येत नाही. माझी खात्री होती की हा परत येणार ! मी माझं काम केलं आहे. आता याला स्पॅनिशमधून बोलतं करण्याचं काम तुझं. याला जर तू बोलतं करू शकलास तर आपल्याला सगळ्याच गोष्टींचा उलगडा होईल. विशेषत: ग्लोरियाचा खूनी, ग्लोरियाला पत्र पाठवणारी ती स्त्री आणि या सर्वांचा मुख्य, असे किती लोक यात सामील आहेत? मुख्य म्हणजे ते इथं काय करत आहेत ? त्यांचा उद्देश काय आहे? हे जर या माणूसाकडून वदवता आलं तर बघ ?'

इन्स्पेक्टर बेनेस म्हणाला, 'डोन्ट वरी ग्रेगसन. आता उरलेलं मी बघतो. थँक यू ! आम्ही याला घेऊन जातो. एखादा दुभाषी मिळाला तर पुढील धागेदोरे उलगडणं सोप जाईल. याला बोलतं तर करावंच लागेल. कारण हे प्रकरण दिसतं तसं नाहीये होम्स! बाहेरची माणसं या एरियात येऊन राहिली आहेत. त्यांचे हेतू आणि त्याचे स्वरुप आपल्याला कळायलाच हवे. होम्स आपण ठरल्याप्रमाणे स्वतंत्र तपास करीत राहू या. माझ्यासाठी तर हे एक नवे शिक्षणच आहे.'

व्हिस्टेरिया लॉजमधून, मी आणि होम्स बाहेर पडलो.

मी होम्सला विचारलं, 'आता पुढे ?'

होम्सनी आपला पाईप काढला आणि पेटवला. धुराची वलयं सोडत आम्ही तसेच बराच वेळ चालत राहिलो. एके क्षणी तो मला म्हणाला, 'वॉटसन, ज्या अर्थी ते या ओसाड माळरानावर एका आडबाजूला लॉज घेऊन राहिले, त्या अर्थी यांना कोणाचा तरी बळी घ्यायचा आहे. फार मोठं कारस्थान शिजत असणार !'

'मघाशी ज्याला पकडलं तो कोण होता ?'

'ग्लोरियाचा स्वयपाकी आणि साथीदार देखील. याला इंग्रजी येत नसल्याने एक्सलेच्या देखत हा बोलू शकत नव्हता. त्यांचा तिसरा साथीदारही असाच असणार, इंग्रजी न येणारा ! याचाच अर्थ इथं तळ ठोकून बसण्यामागे या सर्वांचा काहीतरी हेतू असणार आणि तोच आपल्याला शोधायचा आहे. इन्स्पेक्टर, त्या स्पॅनिश माणसाला बोलतं करेलच आणि त्यातून त्यांना माहिती कळेल. त्या अगोदर मला जी

माहिती कळाली आहे, त्या नुसार आपण आज रात्रीच धडक मारू या. तू तयार आहेस ना ?'

'अर्थातच. होम्स तुला असं म्हणायचं आहे की ग्लोरिया आणि त्याचे साथीदार ज्याला मारण्यासाठी स्पेनहून इथं आले तो तथाकथित माणूस याच भागात रहात असला पाहिजे. म्हणूनच तू तार करून येथील बंगल्याचा व मोठ्या घरांचा तपशील मागून घेतलास? मुख्य म्हणजे त्या पत्राची सांकेतिक भाषाही उलगडलीस. त्यात रंगांचा आणि दिशांचा उल्लेख आहे. याचा अर्थ, तुला त्यांचा म्होरक्या कळलेला आहे ?'

'अगदी बरोबर !'

'आता ?'

'आज रात्रीच आपल्याला त्यांच्या बंगल्यावर धडक मारावी लागणार आहे. तयार रहा. ती माणसं खतरनाक आहेत. कुठल्याही परिस्थितीत इन्स्पेक्टरच्या अगोदर आपल्याला त्यांचा म्होरक्या पकडायचा आहे.'

'तो कोण आहे हे तुला कळले आहे ?'

'हेंडरसन नावाचा माणूस आहे. तो समोर जो तुला बंगला दिसतो आहे, त्यात हा माणूस राहतो. अत्यंत मग्रूर आणि धाडसी असा हा माणूस आहे. तो स्पॅनिश आहे. मी दुपारीच त्याच्या माळ्याच्या मदतीनं आत घुसलो.'

'माळी ?'

'हेंडरसन अतिशय तापट माणूस आहे !'

'कशावरुन ?'

त्याच्याकडे कोणीच नोकर आजवर टिकलेले नाहीत. गावात

त्याच्या विषयी कोणाचंच मत फारसं चांगलं नाही. तो सर्वांशी फटकून वागतो. त्यानं हाकललेल्या एका वेब नावाच्या माळ्याशी मी ओळख काढली. त्याच्याकडून मला सगळी माहिती कळाली. त्याला दोन मुलं आहेत. ती क्वचितच बाहेर पडतात. त्या मुलांना शिकवण्यासाठी ल्यूकस नावाचा एक बुद्धिमान आणि चतुर माणूस त्याच्याकडे आहे. बहुधा हा त्याचा उजवा हात असावा.

झाडांची रोपं विकण्याच्या निमित्ताने मी दुपारी त्याच्या बंगल्यात घुसलो. हेंडरसन हा पूर्ण आक्रमक व मग्रर वाटला. रात्री आपल्याला या बंगल्यात घुसायचं आहे आणि सगळा छडा लावायचा आहे. पण वॉटसन पूर्ण तयारीनिशी जावं लागेल. तेही इन्स्पेक्टर बेनेस तिथं यायच्या आत ! कळलं ?'

मी होम्सच्या या योजनेकडे नुसता पहातच राहिलो, ऐकत राहिलो. मग बेकर स्ट्रीट येईपर्यंत, त्यानं त्या स्त्रीच्या पत्राचा अर्थ कसा शोधला, त्या पत्रात त्या घराचेचच नव्हे तर आतल्या खोल्यांचेही वर्णन कसे केलेले आहे, हे विस्ताराने सांगितले.

अखेरीस रात्री एक वाजता त्या बंगल्यात घुसायचे ठरल !

मध्यरात्री आम्ही तिथं पोचलो. होम्स आणि मी मागच्या दरवाज्याची खिडकी उघडून आत घुसलो. आत विलक्षण सामसूम होती. आत जाताच आम्हाला कण्हल्याचा आवाज आला. आम्ही जिन्यानं वर गेलो. आतल्या खोल्यांत कोणीच नव्हतं. ते दोघे आपल्या मुलांसोबत पळाले होते.

एक दरवाजा तोडून आम्ही आत गेलो तर बर्नेट नावाच्या

स्त्रीला एका खूर्चीला बांधलेलं होतं. आणि ती जवळ जवळ बेशुद्धावस्थेततच होती. मी तिच्यावर उपचार केले. मग ती हळूहळू शुद्धीवर आली. तेवढ्यात खालून काही आवाज आला. आम्ही सावध झालो. इन्स्पेक्टर बेनेसही तेथे आले.

होम्स इन्स्पेक्टरला म्हणाला, 'ते पळाले आहेत.'

इन्स्पेक्टर बेनेस म्हणाले, 'मला माहित आहे. त्यांच्या मागवर ग्रेगसन आहे. बहुधा तो त्यांना पकडेल.'

होम्सनी बनेसच्या हुशारीचं विलक्षण कौतुक केलं आणि म्हटलं, 'आजवर मी अनेक इन्स्पेक्टर पाहिले पण तुमचा नंबर त्यात सर्वांत वरचा लागतो. आयुष्यात तुम्ही खूप नाव कमवाल !'

बेनेस खूष झाला आणि तो होम्सला म्हणाला, 'आपण या स्त्रीला बोलतं करू ?'

'इन्स्पेक्टर काही वेळातच ती शुद्धीवर येईल', मी म्हणालो.

बर्नेट शुद्धीवर आल्यावर म्हणाली, 'मी जिवंत आहे ?'

'होय. तुम्ही जिवंत आहात आणि सुरक्षिततही. आता आम्हाला सगळा वृत्तांत सांगा ? हा हेंडरसन कोण आहे ?'

'अत्यंत क्रूरवर्माच आहे तो. सान पेट्रोचा सरदार. डॉन मुरेल्लो त्याचं नाव. तिथं त्याची विलक्षण हुकूमत होती. त्यानी अनेकांना बेघर केलं. लोकांची संप्पती लुटली. पदरी त्याच्या गुंडच अधिक होते. दक्षिण अमेरिकेतही त्याची विलक्षण दहशत होती. माझा नवरा डॉक्टर होता. आम्ही सान पेट्रात रहात होतो. माझ्या नवऱ्यानं त्याला विरोध

केला म्हणून त्यानं माझ्या नवऱ्याला मारलं आणि आमची सगळी संपत्ती हडप केली. मुख्य म्हणजे त्यानं माझ्या मुलांनाही मारलं. मी एकटीच उरले. माझ्या जगण्याला काहीच उद्दिष्ट राहिलं नाही. माझ्या सारखे अनंत पिडीत असतील. तिथल्या लोकांनी त्याच्या विरुद्ध बंड केलं आणि त्याचा सरदारी वाडा जाळून टाकला. फक्त हा आणि त्याचा उजवा हात असलेला ल्युकास वाचला आणि तेथून निसटला.

आम्ही काही जण याच्या मागावर होतो. तो इथं असल्याचं कळलं. यानंच ग्लोरियाला, म्हणजेच सॅम्युलला मारलं. खरं तर सॅम्युअलला मी सांकेतिक पत्र पाठवलं होतं. त्याचे दोन साथीदार आणि मी, आम्ही काल रात्री याच्यावर हल्ला करण्याचा बेतही केला होता, पण तो फसला आणि सॅम्युअल मारला गेला. मला त्यांनी गुंगींच औषध दिलं आणि ते पुन्हा पसार झाले.'

'त्यांची तुम्ही काळजी करू नका, त्यांना पकडणं हे आमचं काम आहे, तुमचं नाही. तुम्ही कायदा हातात घेऊ नका आणि हे सूडचक्र इथंच थांबवा !'

इन्स्पेक्टर बेनेस होम्सला म्हणाले, 'थँक्स होम्स, माझ्या तपासाची दिशा योग्य होती, हे तुमच्यामुळेच मला कळलं. मुख्य म्हणजे तुम्ही यात लक्ष घालता आहात, हे कळल्यावर मी अधिक उत्साहाने शोध माहिमेला लागलो. त्या स्पॅनिश स्वयंपाक्याने सगळा तपशील सांगितला. आता पुढे काय करायचे ते मी बघतो. तुम्ही आता निश्चिंत रहा ! थॅंक्स, वन्स अगेन !'

दुसऱ्याच क्षणी होम्स आणि मी परतीला लागलो.

****

२

दोन कानांच पार्सल

दोन कानांच पार्सल हे शीर्षक वाचून तुम्ही जरा चमकलाच असाल ! पण ही एक सत्य घटना आहे. मला अजूनही तो दिवस आठवतोय. उन्हाळ्याचे रखरखीत दिवस होते. खरं तर बेकर स्ट्रीटला तसा उन्हाळा हा नसतोच. पण त्या वर्षात प्रचंड प्रमाणात उन्हाळा जाणवला. अर्थात मी काही वर्षे हिंदूस्थानात राहिल्यामुळे मला हा उन्हाळा इतका त्रासदायक वाटला नाही. पण होम्सला निश्चित जाणवला असणार ! होम्स आता कोचात आडवा पसरला आहे आणि त्याच्या हातात वर्तमानपत्र आहे. पण वारंवार तो एकच पान काढून ते पुन्हः पुन्हा वाचतो आहे.

होम्सने पाईप काढला आणि पेटवला. एके क्षणी माझ्या लक्षात आलं की तो माझ्याच कडे टक लावून पाहतो आहे. मी तसं विचारलंही त्याला.

तेव्हा तो म्हणाला, 'आपल्याला दुसऱ्याच्या मनातलं किती कळतं, सांगता येईल वॉटसन?'

मी होम्सला म्हणालो, 'मानवी मन अथांग आहे. त्याच्या

वेदनेला व त्यात उमटणाऱ्या सागरी विचारांच्या लहरींना अंत नाही. दुसऱ्याचं मन आपल्याला कळल्यासारखं वाटतं, पण ते सर्वस्वी अशक्य आहे. होम्स, दुसऱ्याचं मन असं नसतंच, असतं ते आपलंच मन आणि आपण, आपल्या मनानेच दुसऱ्याच्या मनाचे व वर्तनाचे नानाविध अर्थ काढतो. हवे असलेले, नको असलेले. तुझे तर्कशास्त्र कितीही बुद्धीगम्य असलं तरी महान शेरलॉक होम्सला देखील दुसऱ्याच्या मनातलं जाणणं अशक्य आहे. मन विलक्षण चंचल असतं होम्स !'

तेव्हा होम्सनी पाईपचा एक झुरका घेतला आणि माझ्याकडे पहात मिस्किल हास्य केलं. म्हणाला, 'तू एडगर ॲलन पो कधी वाचला आहेस का? त्याच्या कथेतल्या काही व्यक्तिरेखा अशाच असतात त्या दुसऱ्या पात्राच्या मनातले विचार सहज जाणू शकतात!'

'होम्स, तो लेखकाचा परकायाप्रवेश असतो. खरं तर आपण त्या लेखकाच्या इतके प्रेमात पडलेले असतो की तो जे म्हणतो, ते आपल्याला खरं वाटायला लागतं !'

'वॉटसन, हे केवळ कथेतच नव्हे तर प्रत्यक्ष जीवनात देखील शक्य आहे. मी तुला आत्ता सांगू शकतो की तुझ्या मनात काय चाललं आहे ते. तुझी नजर, तुझ्या डोळ्यांच्या हालचाली, तुझ्या हातांच्या हालचाली, इतकंच नव्हे तर चेहऱ्यावरची रेष न रेष बोलते आहे. पाहणाऱ्याला हे विभ्रम जर टिपता आले, तर दुसऱ्याच्या मनातले सहज ओळखता येईल! विशेषत: आता तुझ्या मनात काय चाललेलं आहे, ते मी ओळखू शकतो. तेही अगदी सहजपणे.'

'अशक्य आहे ! सांग पाहू.'

'तुझ्या मनात बेकर स्ट्रीटवरच्या उन्हाचा विचार चाललेला होता. यातच तुझ्या मनात आलं की एखाद्या थंड हवेच्या ठिकाणी

जावं किंवा निसर्गाच्या सान्निध्यात ! पण नंतर तुझ्या लक्षात आलं की आपला खिसा रिकामा आहे आणि मुख्य म्हणजे होम्स याला तयार होणार नाही. मग तू वैतागून खाली पडलेलं वर्तमानपत्र घेतलंस पण त्यात काही महत्त्वाची बातमी नाही म्हणून टाकून दिलंस ! बरोबर ?'

'अगदी बरोबर ! तू मनकवडा आहेस का ?'

'अरे हे सांगणं कोणलाही शक्य आहे. फक्त त्यासाठी तीव्रतम अवधानाची कला आत्मसात करायला हवी ! खरं तर विचारांच्या हालचालींशिवाय, पूर्वग्रहांशिवाय आपल्याला अवलोकन करता आलं पाहिजे. मग आपल्या लक्षात येईल की प्रत्येक अवलोकन खोली, शक्ति आणि चेतना देत असते. अवधानाशिवाय आरंभच होऊ शकत नाही. महत्त्वाची आहे ती प्रज्ञा जागृती.'

'आत्ता तुझ्या मनात काय चाललं आहे ?'

'ही बातमी वाच ?'

'आजच्या पेपरात काही खास, लक्षवेधी एकही बातमी नाहीये. मी चार वेळा पेपर वाचलाय.'

'पण वॉटसन ही बातमी तुझ्या हातून निसटून गेलीय. याचं शीर्षक आहे : *दोन कानांच पार्सल !* ही बातमी वाच तर खरं !'

दोन कानांच पार्सल

मिस सुझन कुशिंग यांना पोष्टातून एक पार्सल आलं. त्यांनी उत्सुकतेनं ते फोडलं तर त्या अख्या खोक्यात मीठ भरलेलं होतं. त्या विलक्षण चकित झाल्या. त्यांनी खोक्यातलं सगळं मीठ ओतलं तर त्यांना तळाशी दोन कापलेले कान आढळले.

ते पाहून मिस सुझन विलक्षण घाबरल्या आणि त्यांनी

इन्स्पेक्टर लेसट्रेड यांना त्याबाबत तक्रार केली. पोलिसांनी त्या पार्सलची पाहणी केली. पार्सल पाठवणाऱ्याचं नाव कुठेच नसल्याने ते पार्सल कुणीतरी आपली थट्टा करण्यासाठी पाठवलं असावं, असं मिस सुझन यांच म्हणणं पडलं.

मिस सुझन ह्या निवृत्त वृद्धा असून एकट्याच राहतात. पूर्वी सोबतीसाठी जवळच असलेल्या मेडिकल कॉलेजच्या मुलांना त्यांनी पेईंगगेस्ट म्हणून ठेवलं होतं. पण एकंदरीत त्या प्रकारात त्या मुलांचा त्यांना त्रास झाल्यानं त्यांनी आपल्या खोल्या भाड्यानं देणं थांबवलं. त्या मेडिकलच्या विद्यार्थ्यांचेच हे काम असावे, असा अंदाज त्यांनी व्यक्त केला आहे.

या संबंधात लेसट्रेड अधिक चौकशी करीत आहेत.

'होम्स, मी ती बातमी बघितली पण मला वाटलं वर्तमानपत्राच्या जागा भरण्यासाठी काही विक्षिप्त बातम्या देतात, तसा काहीसा हा प्रकार असावा ! म्हणून मी त्या बातमीकडे दुर्लक्ष केलं.'

लेसट्रेडनीही आपल्याला याच संदर्भात बोलावलं आहे. आपण लगेचच निघू या ! तू घोडागाडीला आवाज दे, तेवढ्यावेळात मी चेंज करून येतो.

वीस मिनिटात आम्ही लेसट्रेडच्या पोलिस स्टेशनवर गेलो. त्यानं आमचं आज नेहमीपेक्षा जास्त चांगल स्वागत केलं. बहुधा ही केस त्याला गुंतागुंतीची व गूढ वाटत असणार !

होम्सनी लेसट्रेडकडे एकवार बघितलं आणि तो त्याला

म्हणाला, 'लेसट्रेड आपण एकदम क्रॉस स्ट्रीट, क्रॉयडन येथे जाऊ. तिथे मिस सुझन कुशिंग यांना आपल्याला भेटताही येईल आणि ते दोन कानांच पार्सलही बघता येईल.'

लेसट्रेडनी होकारार्थी मान हालवली आणि आम्ही एका बंदिस्त घोडागाडीतून क्रॉस स्ट्रीटला गेलो. तिथं काही ट्वीन्स बंगले होते. त्यातील एका बंगल्यापाशी आम्ही थांबलो.

मिस सुझन कुशिंग यांचा दरवाजा एक लहान मुलीनं उघडला आणि ती मुलगी आतल्या, त्यांच्या रुममध्ये बसलेल्या मिस सुझान यांच्याकडे आम्हाला घेऊन गेली. मिस सुझान कुशिंग ह्या काहीशा स्थूल प्रकृतीच्या होत्या. डोळ्यावर जाड भिंगाचा चष्टा होता आणि त्या बहुधा स्वेटर विणत असाव्यात.

लेसट्रेडला पाहताच त्या म्हणाल्या, 'इन्स्पेक्टर, तुमचं ते पार्सल मी मागच्या दारी ठेवलं आहे. आलाच आहात तर ते पार्सल घेऊन जा. मला तर विलक्षण किळस वाटते त्याची. काल मला जेवणच गेलं नाही. दहा वेळेला मी सारखे हात धूत होते. माणसं एवढी कशी क्रूर थट्टा करतात, याचंच मला विलक्षण आश्चर्य वाटतं !'

त्यावर आम्ही काहीही न बोलता बंगल्याच्या मागच्या बाजूला आलो. तिथं ते पार्सल होतं. होम्सनी तिथली एक फळी बसण्यासाठी घेतली आणि तो नेहमीच्या पद्धतीनं, त्या कागदी खोक्याची विलक्षण बारकाईनं पाहणी करू लागला !

आता होम्स काय निरीक्षणे नोंदवतो, याकडे माझं लक्ष गेलं. होम्स स्वत:शीच बोलत होता. बोलताना तो कधी विचारात हरवून जायचा. एके क्षणी त्यानं आपल्या कोटाच्या खिशातून पाईप काढला आणि पेटवला. नकळत तो धुरांच्या वलयात हरवून गेला.

लेसट्रेड आणि मी, होम्सकडे विलक्षण उत्सुकतेनं पहात होतो. पण होम्स विलक्षण गंभीर होता. त्यानं ते कान एका कागदावर शेजारी शेजारी ठेवले आणि मग तो लेसट्रेडकडे पहात म्हणाला, 'ट्रेड, तुला असं वाटत असेल की कोणीतरी मिस सुझान यांची थट्टा केली आहे. तर तसं काही नाही. उलट ही बाब अतिशय गंभीर आहे.'

'काय सांगता आहात होम्स ?'

'शंभर टक्के !'

'मला तर ही घटना फारशी गंभीरपणे घ्यावी, असं वाटत नाही. मिस सुझान म्हणतात त्याप्रमाणे कुणीतरी, विशेषत: एखाद्या जुन्या वैद्यकीय पेईंगगेस्ट असलेल्या विद्यार्थ्यांनी त्यांची थट्टा केली असली पाहिजे.'

'नाही लेसट्रेड, तू इतक्या कॅज्युअल हे प्रकरण घेऊ नकोस! हे दोन कान दोन वेगवेगळ्या व्यक्तींचे आहेत. मुख्य म्हणजे एक कान एका स्त्रीचा आहे तर दुसरा पुरुषाचा ! ते देखील एखाद्या मोठ्या धारधार सुऱ्यानं हे कान काळजीपूर्वक कापलेले आहेत. लेसट्रेड आज शनिवार आहे. याचा अर्थ बुधवारी रात्री किंवा गुरुवारी दुपारपर्यंत या दोन व्यक्तींचा खून झाला असला पाहिजे.'

लेसट्रेड आश्चर्याने उद्गारला, 'काय ?'

'होय ट्रेड ! तू आता नीट पहा या बॉक्सकडे म्हणजे तुलाही याचं रहस्य कळेल. एक तर बॉक्सला जी गाठ मारलेली आहे ती विशिष्ट तऱ्हेची आहे. अशी गाठ सर्वसाधारण माणसाला सोडवणं अशक्य आहे. ती सोडवता न आल्यामुळे कात्रीने मिस सुझान यांनी हा दोरा कापला. हा गाठ मारणारा माणूस हा बोटीवर काम करणारा माणूस असला पाहिजे. दुसरं असं की हा दोरा प्रथम पाण्यात भिजवलेला

आहे. मग तो चांगला डांबरात बुचकळून काढलेला दिसतो. त्यामुळे असा कडक झालेला दोरा हातानी तोडणं, जवळ जवळ अशक्य आहे. विशेषत: एखाद्या स्त्रीला.

दुसरं असं की या कागदी खोक्यात जे मीठ भरलेले आहे ते नेहमीचं मीठ नाहीये. एखादी वस्तू जास्त काळ टिकावी, अशा साठी हे मीठ वापरलं जातं.

आणखीन महत्त्वाचं म्हणजे ट्रेड, हा बॉक्स कॉफीचा बॉक्स आहे. त्या रिकाम्या खोक्याचा या खून्यानं वापर केला आहे.

'म्हणजे हे खोकं पाठवणारा आणि खूनी एकच आहे ?'

'अर्थातच ट्रेड !'

'होम्स तुमच्याकडून ही निरीक्षणाची कला शिकली पाहिजे. आता मी इतकी वर्षे इन्स्पेक्टर म्हणून काम करतो आहे पण..इतक्या तर्कशुद्धतेने मला नाही विचार करता आला !

कारण तुम्ही काही तरी पूर्वग्रह मनात ठेवूनच केसकडे पाहता. अगोदरच्या अनुभवानुसार काही निष्कर्ष वा अनुमाने तुम्ही काढता आणि त्या दृष्टीने पहात राहता. ट्रेड जीवनात काय किंवा आपल्या कार्यस्थळी काय दुसऱ्याची कुठलीही प्रतिमा, मग ती चांगली असो वा वाईट, ही गृहित न धरता नव्या जाणिवेनं आपल्याला येणाऱ्या अनुभवाकडे पाहता आलं पाहिजे. तरच काही तरी नवनव्या गोष्टींच आपल्याला आकलन होऊ शकेल !

लेसट्रेड भारावून होम्सकडे पहातच राहिला.

होम्सनी लेसट्रेडला विचारलं, 'मला जरा मिस सुझान कुशिंगविषयी सांग ना ?'

काही तसं विशेष काही नाही. पण त्या एक प्रतिष्ठित वृद्धा

आहेत आणि शांतपणे आपले जीवन जगत आहेत. त्यांच्याविषयी आजूबाजूच्या लोकांची काहीच तक्रार नाहीये. किंबहुना या बाईला कोणी शत्रू असावेत, असं मला तरी वाटत नाही. इथे स्थायिक होण्यापूर्वी ती पेंगेला होती.'

मी होम्सला विचारलं, 'होम्स, मला एक कळत नाही, खूनी कोणी का असेना, पण असे पार्सल पाठवण्यामागे त्याचा काय उद्देश असू शकेल वा शकतो ?'

'वॉटसन, तशा शक्यता तीन-चार वाटतात. असे पार्सल पाहून मिस सुझान यांनी दचकावं किंवा त्यांना विलक्षण दु:ख-वेदना व्हाव्यात हे एक ! दुसरं असं की या मागे काही पूर्वयोजना असू शकेल!'

'पण ज्या अर्थी सुझान यांनी त्याची तक्रार केली आहे तेव्हा...मला तर पहिलीच शंका बरोबर वाटते आहे', मी होम्सला म्हणालो. होम्सनी चमकून माझ्याकडे पाहिलं. त्याचे डोळे किंचित चमकले. एके क्षणी तो उठला आणि लेसट्रेडला म्हणाला, 'मला जरा मिस सुझान यांना काही प्रश्न विचारायचे आहेत ?'

'होम्स जरूर विचारा, पण मी आत्ता पळतो. कारण मला आणखीन दोन-तीन केसेस आहेत. काही नवीन कळलं तर मला कळवा ! थॅंक्स होम्स !' असं म्हणून लेसट्रेड निघून गेला आणि आम्ही दोघे मिझ सुझन यांना भेटण्यासाठी त्यांच्या रुममध्ये गेलो.

मधल्या खोल्यातून जाताना मी होम्सला म्हणालो, 'आणखीन एक निरीक्षण तू जरी लेसट्रेडला सांगितले नसले तरी माझ्या ते लक्षात आले आहे.'

'कोणते ?'

'त्या खोक्यावर जो पत्ता लिहिलेला आहे, त्याची शाई अगदीच सुमार दर्जाची आहे. मुख्य म्हणजे क्रॉयडनचं स्पेलिंग त्यानं चुकवलेलं आहे. याचाच अर्थ क्रॉयडनची त्याला फारच थोडी माहिती असावी. दुसरं म्हणजे हा माणूस फारसा शिकलेलाही नसावा!'

होम्सनी माझ्याकडे संमतीदर्शक नजरेनं पाहिलं.

मिस सुझन आपल्या रुममध्ये एकट्याच बसल्या होत्या. त्या स्वेटर विणत होत्या. होम्सना पाहताच त्यांनी आपल्या हातातल्या विणायच्या सूया बाजूला ठेवल्या.

होम्स मात्र अतिशय बारकाईनं मिस सुझन यांचे निरीक्षण करीत होता. एके क्षणी तो त्यांना म्हणाला, 'या सर्व प्रकारात तुम्हाला फारच मानसिक त्रास झाला असेल ना ?'

'म्हटलं तर तसा मानसिक त्रास झालाच. माझं सुखासीन–सुरक्षित आयुष्य त्यामुळे एकदम ढवळून गेलं. मला वाटतं होम्स हे पार्सल चुकून कोणीतरी मला पाठवलं असावं. मी ही गोष्ट इन्स्पेक्टर यांनाही सांगितली पण त्यांचा त्यावर विश्वास बसत नाहीये. एक तर माझं कोणाशीच वैर नाही आणि मी माझ्या आयुष्यात कितीही संकटं आली तरी माझा सद्‌भाव सोडलेला नाही.'

होम्स अचानक त्यांना म्हणाला, 'तिघी बहिणीत तुम्ही सर्वात थोरल्या ना ?'

तो प्रश्न ऐकून मिस सुझन उडाल्याच. त्यांना विलक्षण आश्चर्य वाटलं. त्या म्हणाल्या, 'होम्स, तुम्हाला कसं कळलं की मला आणखीन दोन बहिणी आहेत ?'

'अगदी सोपी गोष्ट आहे. तुम्ही आत्ता बसला आहात, त्या मागे तुम्हा तिघींचा तरुणपणचा फोटो लावलेला आहे.'

'तुमचं निरीक्षण अचूक आहे.'

'उरलेल्या दोघी जुळ्या आहेत का ?'

सुझन आनंदाने ओरडल्या, 'अगदी बरोबर होम्स ! पण माणसाचं वय जसजसं मोठं होतं तसतसं त्याचं मन, बुद्धी ही अनेक कल्पना-विचार तसेच अहंकार-मीपणा यांनी ग्रासली जाते. त्यामुळे बालपणातली निरागसता पुढे हरवून जाते. आता एकाकी पडल्यावर मधूनच बालपण डोकं वर काढतं आणि मग वाटतं की किती लहान मुलींसारखे भांडतो आपण ! आम्ही तिघी आता तीन दिशांना आहोत.'

'पण मध्ये जो तरुण आहे तो बोटीवर कामाला आहे का ?'

सुझनने एक उसासा सोडला आणि त्या म्हणाल्या 'हो. त्याचं नाव आहे जिम ब्राउनर. मेरीचा नवरा. माझ्या दोन्ही बहिणीची नावं, सारा आणि मेरी अशी आहेत.'

'जिम ब्राउनर आणि मेरी. छान जोडी आहे. मला तर दोघं एकमेकांसाठी जन्माला आले आहेत असंच वाटायचं. पण पुढे त्यांच्यात काय बिनसलं कोण जाणे. जिम खूप दारु प्यायला लागला. इतका की फार अतिरेक करायचा ! त्याला कसलं दुःख होतं, मला माहित नाही. पण...खरं तर त्याचं मेरीवर जीवापाड प्रेम. या प्रेमासाठीच त्यानं जुनी फिरतीची नोकरी सोडली आणि आता तो लिव्हरपर-लंडन अशा ये-जा करणाऱ्या बोटीवर काम करतो.

होम्स, मध्यंतरी तो माझ्याकडे आला होता. आता आपण दारुला स्पर्श करणार नाही असं म्हणाला होता. पण का कुणास ठाऊक त्याच दिवशी भरपूर प्यायला ! मुख्य म्हणजे दारू घेतली की

अतिशय विचित्र वागतो तो आणि काहीसा रानटीही. त्यानंतर मात्र त्यांची काही खबरबात नाही. साराचं आणि त्यांचही बिनसलेलं दिसतय. पूर्वी मेरीची मला पत्र यायची पण आता तीही येत नाहीत. मनात यायचं ते जर त्यांच्या संसारात सुखी असतील तर राहू देत. म्हणून मीही त्यांना कधी त्रास दिला नाही. खरं सांगू, आपल्यामुळे कोणाला त्रास व्हावा, असं मला वाटत नाही. आता फक्त या फोटोतच आम्ही एकत्र आहोत. अर्थात हा फोटो मेरीच्या लग्नापूर्वीचा आहे. काही म्हणा होम्स एकत्र असण्यात-राहण्यात किती गंमत असते, नाही? आता तर मी एकटीच राहते आहे. अर्थात एकटी राह्यल्याचा किंवा आयुष्यात लग्न न केल्याचा पश्चाताप मात्र मला कधी झाला नाही. माझी आयुष्याबद्दल कसलीच तक्रार नाही.'

'एक विचारू तुम्हाला ?'

'अहो विचारा की त्यात परवानगी कसली मागता आहात?'

'सारा आणि तुम्ही एकत्र का रहात नाही ?'

'छे छे, काहीतरी होम्स ! अहो साराशी माझंच काय पण कुणाशीच जुळणं अवघड आहे. फारच हट्टी आणि आपण म्हणू तेच करणारी. मुख्य म्हणजे कायम असंतुष्ट-असमाधानी असणारी सारा. मध्यंतरी माझ्या घरी येऊन राहिली होती. पण दुसऱ्याच्या आयुष्यात नाक खुपसण्याचा तिचा स्वभाव, तिची चंचलता, तिचा सगळ्याच गोष्टींचा हव्यास मात्र मला आवडत नाही. मुख्य म्हणजे माझी प्रकृती ही अत्यंत शांत स्वभावाची. आपण बरं आणि आपलं आयुष्य बरं अशा वृत्तीची मी असल्यानं ती तिच्या घरी निघून गेली. अर्थात तिनंही लग्न केलेले नाही. तशी नाही म्हणायला मधून मधून येते. पण पाच-दहा मिनिटापुरती. काळाच्या ओघात हे अंतर वाढत चाललंय !'

'मिस सुझन, निघतो आम्ही. खूप त्रास झाला तुम्हाला या सर्व प्रकारात ! थँक्स तुमच्याशी गप्पा मारून खूप बरं वाटलं !'

'मलाही. नकळत मीही भूतकाळात गेले. पण काहीही असो, दोन कानांच्या पार्सलचा अनुभव कधीही न विसरता येण्याजोगाच आहे. अर्थात काळाच्या ओघात हेही प्रसंग विरुन जातील.'

'खरं आहे तुमचं ? बरं, मिस सारा कुठे असते ?'

'वेलिंग्टनला. न्यू स्ट्रीट !'

त्यानंतर होम्स धावतच बाहेर रस्त्यावर आला. मलाही काही कळेना. बाहेर आल्यानंतर होम्सनी घोडेवाल्याला हात केला आणि त्याला विचारलं की 'वेलिंग्टन, न्यू स्ट्रीट किती लांब आहे ?'

'तीन मैल आहे.'

'येणार ?'

'का नाही. जरूर ! बसा !'

आम्ही गाडीत बसलो आणि वेगाने गाडी वेलिंग्टच्या दिशेने चालू लागली. मध्येच होम्सनी गाडी पोष्टाजवळ थांबवली आणि मला म्हणाला, 'वॉटसन, तू इथंच, गाडीतच थांब. मी आलोच पाच मिनिटात. दोन तारा मला करायच्या आहेत.'

होम्स तारा करुन खरंच पाच-सात मिनिटांच्या आत आला. माझ्याकडे पाहून एक विजयी हास्य त्यानं केलं आणि मला म्हणाला, 'तवा तापला आहे तोपर्यंतच...! आलोच आहे तर मिस साराला भेटून जाऊ !'

न्यू स्ट्रीटला साराच्या घरात जाताना फाटकापाशीच आम्हाला

डॉक्टर भेटले. होम्सनी त्यांना साराबद्दल विचारलं, तेव्हा ते म्हणाले, 'साराची तब्येत अतिशय नाजूक आहे. त्यांना कसला तरी धक्का बसला आहे आणि त्यांच्या अंगात ताप आहे. तुम्ही त्यांना या अवस्थेत भेटू नये असे मला वाटते.'

त्यावर होम्स छानपैकी हसला आणि डॉक्टरांना म्हणाला, 'तुम्ही म्हणाल तसं ! बट, टेक केअर !'

'ऑफकोर्स, आय विल !'

दुसऱ्याच क्षणी आम्ही तेथून बाहेर पडलो.

होम्सनी घोडेवाल्याला म्हणाला 'एका छानशा रेस्टॉरंटपाशी गाडी थांबव. आम्हाला मस्तपैकी जेवण घ्यायचं आहे.'

मी होम्सला विचारलं, 'तुला या केसबद्दल काय वाटतं?'

'अगदीच साधी आणि सोपी केस आहे. पण काहीशी विकृत ! माणूस कधी कधी याही थराला जाऊ शकतो !'

हॉटेलमध्ये छानपैकी जेवण केलं. होम्स विलक्षण खुशीत होता. पण मधल्या काळात तो केसबद्दल काहीच बोलला नाही. साधारणपणे एका तासाने आम्ही हॉटेलमधून बाहेर पडलो.

होम्स मला म्हणाला, 'न्यू स्ट्रीटला जुन्या वस्तू चांगल्या भावात मिळतात असं मी ऐकलं आहे.'

'मला माहित नाही.'

'पण मला माहित आहे ना ! मला एक जुनं व्हायोलीन घ्यायचं आहे. इटालियन किंवा जर्मन, कुठलंही चालेल !'

त्यानंतर आम्ही काही दुकानं पालथी घातली. पण होम्सच्या मनासारखं काही व्हायोलीन मिळेना ! एक व्हायोलीन बऱ्यापैकी होतं पण कधीही न घासाघीस करणारा होम्स पैशासाठी अडला होता.

त्यावेळी मी होम्सला म्हटलं, 'तुला जर व्हायोलीन आवडलं असेल तर ते मी घेतो तुझ्यासाठी. माझ्यातर्फे !'

'सो काईंड ऑफ यू वॉटसन ! पण मला नको आहे. मुख्य म्हणजे मला दुसरं व्हायोलीन घ्यायचंच नाहीये.'

'मग ?'

'वॉटसन मी एका तारेची वाट पाहतोय. चल आपण लेसट्रेडला भेटू या. मग आम्ही न्यू स्ट्रीट वरुन लेसट्रेडकडे गेलो. पोलिस स्टेशनवर.'

साधारणपणे तासाभराने आम्ही लेसट्रेडकडे पोचलो. आम्हाला पाहताच लेसट्रेड म्हणाला, 'होम्स, तुमच्या नावाची एक तार आली आहे इथे.'

होम्सनी ती तार पाहिली आणि आनंदानं शीळ वाजवली. एके क्षणी तो लेसट्रेडला म्हणाला, 'गुड. आता पुढचं काम तुझं आहे. केस एकदम साधी आणि सोपी आहे.'

'आणि खूनी ?'

होम्सनी तिथला टेबलावरचा एक कागदाचा तुकडा घेतला आणि त्यावर खून्याचं नाव लिहिलं आणि लेसट्रेडकडे देत तो म्हणाला, 'हे घे.' लेसट्रेडनी त्या कागदावरचं नाव वाचलं, 'जिम ब्राऊनर !'

'लेसट्रेड, दोन कानांच पार्सल या जिमनी पाठवलं आहे. तू लगेच हालचाल कर. माझ्या मते तो तुला फारसा विरोध करणार नाही. पण तुला लगेच हालचाल करावी लागेल. दुसरं असं की या केस मध्ये माझं नाव आणू नकोस ! ही केस माझ्यातर्फे तुला भेट !'

लेसट्रेडचा चेहरा एकदम उजळून गेला. तो सहजपणे होम्सला म्हणाला, 'थँक्स, अॅन्ड गुड आफ्टरनून होम्स !'

होम्स त्याकडे पहात छानसा हसला.

परतीच्या प्रवासात मी होम्सला विचारलं, 'जिम ब्राऊनर ? तू इतक्या ठामपणे असं कसं विधान करू शकतोस ?

होम्सच्या चेहऱ्यावर हास्य होतं. खरं तर मी ही केस आल्यापासून होम्सच्या बरोबर होतो. मला कशाच काही गोष्टी लक्षात आल्या नाहीत ! त्यामुळे मी पुरता गोंधळून गेलो.

होम्सचा अंदाज खरा असेल तर त्याला आपण सॅल्यूटच ठोकायला हवा ! पण त्याआधी या केसचा उलगडा व्हायला हवा !

मी विचारलं, 'होम्स ....?'

'वॉटसन मला माहित आहे की तू काय विचारणार आहेस ते ! पण आणखी थोडा वेळ थांब. रात्री आपण या केससंबंधीच बोलू या. चालेल ?'

मान डोलवण्याव्यतिरिक्त माझ्याही हातात काहीही नव्हतं!

रात्री बऱ्याच उशीरा होम्स बेकर स्ट्रीटला आला. त्याने कपडे चेंज केले आणि नाईट गाऊन घातला. नेहमीप्रमाणे तो स्वतःच्याच मुडात होता. त्याने आपला पाईप काढला आणि पेटवला.

मनात आलं हीच वेळ आहे याला छेडण्याची. मी होम्सला म्हटलं, 'बोल आता ? या केसच्या बाबतीत तू फक्त अंदाजच वर्तवले आहेस. तुझी नेहमीची तर्कशुद्धता-बुद्धीगम्यता मला तर कुठेच दिसली नाही.'

तेव्हा होम्सनी क्षणभर माझ्याकडे पाहिलं आणि तो म्हणाला, 'वॉटसन, *दोन कानांच पार्सल* ही जी केस आहे ही वरवर जरी अतिशय गुंतगूंतीची आणि गूढ वाटली तरी फारच सरळ आहे. म्हणूनच मी

लेसट्रेडला म्हटलं की यात माझं नाव आणू नकोस. खरं तर ही केस इतकी सरळ आणि साधी आहे की मी फक्त उलट्या क्रमाने त्याला उलगडत नेलं.'

'ते कसं काय ? मला एक सांग की तू तुझी आपली जागा न सोडता, एकदम *जिम ब्राउनर खूनी आहे,* असा निष्कर्ष कसा काय काढलास ?'

'तेच तर सांगतो आहे. ऐक आता. वॉटसन, प्रथम *दोन कानांच पार्सल* ही बातमी, जेव्हा वर्तमानपत्रात आली, तेव्हा तुझी प्रतिक्रिया काय होती जरा विचार कर ? तू म्हणालास की केवळ वृत्तपत्राचे रकाने भरण्यासाठी ही करमणूकप्रधान पण मुलखावेगळी बातमी छापली आहे. ती देखील केवळ वाचकांना आकृष्ठ करण्यासाठी. तू तर ती बातमी पाहण्याचे पण कष्ट घेतले नाहीस. याचे कारण त्यात क्रूरता होती, खून होता आणि मुख्य म्हणजे मानसिक विकृतीही निदर्शनास येत होती. बरोबर आहे ?'

'अगदी बरोबर आहे.'

'अशावेळीच आपण जीवनाकडे व केसकडे अतिशय हळूवार चित्ताने, अत्यंत मवाळ मनाने पहायला हवे. इतकंच नव्हे तर प्रत्येक गुन्हा, प्रत्येक केस हा आपल्याला कसं पहावं याचे सूचन करीत असतो. फक्त त्या रस्त्याची-केसची हाक आपल्याला ऐकता यायला हवी. खरं तर तो एक प्रकारचा अनाहत ध्वनीच असतो. मी मोठ्या स्थिर अंत:करणाने व गंभीरपणे या केसच्या गाभ्याला-प्रमेयाला सामोरा गेलो. अनेकदा नितांत कळकळ व प्रेम, तरल-जागते अवधान तसेच संस्कारबद्धता रहित अवलोकन जर आपण केले तर सत्याचा स्पर्श आपल्याला होऊ शकतो. अर्थात त्यासाठी अपार सहनशीलतेने सतत

पुढे जात राहिले पाहिजे.'

'कसं ते सांग ना ?'

'वॉटसन, एखादं कमळ जसं पाकळी पाकळीनं उलगडत जातं, तसं आपल्याला सगळी केस उलगडून पहायला लागेल. आपण प्रारंभापासून विचार करायला सुरवात करू.

आपण प्रथम मिस सुझन यांच्याकडे गेलो. त्या विलक्षण सुसंस्कृत, समंजस व साध्या होत्या. मुख्य म्हणजे एकट्या-एकाकी रहात होत्या. महत्त्वाचं म्हणजे त्यांनी अतीव समंजसपणे आपले एकाकीपण समजून घेतलेले. त्यामुळे या तोडलेल्या कानांची त्यांना किळस वाटली पण त्यांना धक्का वगैरे काहीही बसला नाही. नाही म्हणायला, आपलं नेहमीचं सुरक्षित कवच व एकांत, हा काही क्षण डळमळीत झाल्याचं त्या म्हणाल्या.

मग आपण प्रत्यक्ष ते *दोन कानांच पार्सल* पाहिलं. प्रथम ते कार्डबोर्डचे खोकं पाहताना, प्रथम माझं लक्ष त्याच्या पॅकिंगकडे गेलं. त्यावरच्या दोऱ्यांच्या गाठी ह्या मी काळजीपूर्वक पाहिल्या. ती दोरी मिस सुझन यांना कापावी लागली, कारण ती पाण्यात आणि नंतर डांबरात बुचकळून काढली होती. अशा दोऱ्यांच्या गाठी व पार्सल बांधण्याची ठरावीक पद्धत, फक्त बोटीवरच्या खलाशीत आहे. कॉफीचा रिकामा बॉक्स होता तो. नवसागर मीठाचा संदर्भ तसेच तू म्हणतोस त्याप्रमाणे सुमार दर्जाची शाई व स्पेलिंगच्या चुकाही त्यात बऱ्याच होत्या. त्या तूही ओळखल्यास की. यातही पार्सलवर फक्त एस. कुशिंग एवढंच लिहिलं होतं.

यातून मी पहिलं निरीक्षण असं नोंदवलं की ज्या माणसानं हे पार्सल पाठवलं आहे तो अशिक्षित, कमालीचा भावनाशील व

काळजीपूर्वक काम करणारा, मालवाहतूक करणाऱ्या बोटीवरचा खलाशी असला पाहिजे.

मग आपण आत मिस सुझन यांच्या रुममध्ये गेलो. आत गेल्याबरोबर मी मिस सुझन यांचे कान बारकाईने पाहिले. माझ्या लक्षात आले की कापलेला स्त्रीचा कान आणि मिस सुझन यांचे कान अगदीच सारख्या ठेवणीचे आहेत. असा विचार करीत असतानाच माझं लक्ष भिंतीवरच्या फोटोकडे गेलं.

मग आपल्याला कळलं की सुझन, सारा आणि मेरी या तीन बहिणी आहेत. यातही सारा आणि मेरी या सुझनपेक्षा लहान असून जुळ्या आहेत. पण दोघींच्या स्वभावात व वर्तनात तसेच विचार करण्यात कमालीचे अंतर आहे. मिस सुझन या स्वत:चे खाजगीपण व एकांत जपणाऱ्या आहेत आणि मुख्य म्हणजे ते एकाकीपण त्यांनी पूर्णपणे समजून उमजून स्वीकारलेले आहे. तसे साराचे नाही. ती अतिरेकी, काहीसी संशयी, स्वत:ला हवं ते मिळण्यासाठी धडपडणारी, काहीशी आत्मकेंद्रित, असंतुष्ट-असमाधानी अशी स्त्री आहे. मुख्य म्हणजे ती अविवाहित आहे.

वॉटसन, सारा आणि मिस सुझन या दोघी एकट्या असून एकत्र राहू शकलेल्या नाहीत हे विसरू नकोस ! किंबहुना साराचा असंतुष्टपणा व इतरांच्या आयुष्यात डोकावण्याचा प्रयत्न, लावालाव्या करणे, भांडणाची आवड यांनी मिस सुझन तिला अतिशय वैतागल्याच होत्या. सारा, तिच्या घरी राहिला गेल्यावर मात्र त्या खऱ्या अर्थाने सुटल्या. अर्थात वेगळं होताना व राहताना मिस सुझन यांनी कुठेही तिला तसं दुखवलं नाही. स्पष्टपणे पण हळूवारपणे त्या दूर झाल्या.

दुसरं असं की तो तिघींचा फोटी हा जिम ब्राऊनर बरोबरचा

आहे. मुख्य म्हणजे हा फोटो लग्नापूर्वीचा आहे. ब्राऊनर हा मालवाहतूक बोटीवरच काम करतो.

ज्या प्रमाणे मिझ सुझन आणि सारा यांच्यात बिनसलं तसं काहीसं मेरीबरोबर साराचं झालेलं असणार ! आपण जेव्हा साराकडे गेलो, तेव्हा *दोन कानांच्या पार्सलची* बातमी ही पेपरात आली होती. ती पाहून सारानं त्या घटनेचा धसकाच घेतला. इतकी की ती आजारीच पडली. ज्या अर्थी ती पोलिसात गेली नाही, त्या अर्थी या पार्सलचा अर्थ तिनं (तिच्या परीनं) ओळखला असावा !

मग मी असा तर्क केला की असंतुष्ट सारा आणि मेरी-जिम यांच्यात काहीतरी ताण निर्माण झाला असावा ! कारण जिमचं मेरीवर अतिशय प्रेम होतं. किंबहुना तिचा अधिकाधिक सहवास मिळावा म्हणून तर त्यानं आपली जुनी नोकरीही सोडली. मग पुढं असं काय घडलं की तापट-भावनाशील जिम दारुच्या आहारी गेला, मेरी आणि त्यात मोठी दरी निर्माण झाली आणि मुख्य म्हणजे मेरी सोबत आणखीन एका पुरुषाचा या प्रकरणांत समावेश झाला ?

आपण जेव्हा साराकडे जात होतो, तेव्हा मी दोन अर्जंट तारा केल्या होत्या. आठवतंय ?'

'हो. चांगलं आठवतंय !'

'वॉटसन, एक तार ही मी इन्स्पेक्टर अल्गारला केली होती. त्यात मी विचारलं होतं की जिम ब्राऊनर हा आपल्या बोटीवर आहे का ? आणि मेरी ही गायब तर झाली नाही ना ?'

या तारा केल्यानंतर किमान चार तास तरी आपल्याला उत्तर मिळणार नव्हतं. म्हणून मग आपण वेलिंग्टनला जेवण केलं आणि तिथला जुना बाजार पाहिला. मला खरं तर व्हायोलीन घ्यायचंच

नव्हतं. आपण जेव्हा लेसट्रेडकडे परत गेलो, तेव्हा तारांची उत्तरे आपल्याला मिळाली होती आणि ती आपल्याला हवी तशीच होती. म्हणजेच मेरी ही गायब झाली होती आणि जिम ब्राऊनर हा बोटीवरच आहे. उद्या संध्याकाळी जेव्हा बोट बंदराला लागेल, तेव्हा जिमला पकडण्यासाठी इन्स्पेक्टर लेसट्रेड आपल्या सर्व तयारीनिशी सज्ज असेल.

त्यानतंर तीन दिवस मधे गेले.

लेसट्रेडच्या एका कॉन्स्टेबलने होम्सच्या नावाने मोठं पाकिट दिलं. त्यात लेसट्रेडनं लिहिलं होतं :

प्रिय शेरलॉक होम्स,

आपण केलेल्या सूचनेप्रमाणे व नियोजनानुसार सगळ्या गोष्टी अगदी हव्या तशा पार पडल्या. आपल्या बुद्धीमत्तेला व तर्कशुद्धतेला जेवढी दाद द्यावी तेवढी थोडी आहे. प्रारंभी ती केस मला विलक्षण क्लिष्ट वाटत होती. पण तुम्ही ही अगदीच सोपी आणि साधी करून टाकली. मी खरे इतके वर्षे पोलिस दलात आहे. पण मला अजूनही खूप शिकायचे आहे. असो.

मे डे जहाज येताच मी तातडीनं हालचाली केल्या आणि जिम ब्राऊनरच्या रुमवर छापा टाकला. तिथल्या कॅप्टनचीही जबानी घेतली. सध्या जिम मानसिकदृष्ट्या अक्षम असल्याने कॅप्टननी त्याला सक्तीची दोन दिवसांची विश्रांती दिली आहे.

मी गेलो, तेव्हा तो आपल्या रुममध्ये एकटाच अंधारात

बसला होता. झडतीत त्याच्याकडे एक मोठा सूरा निघाला. सर्वसाधारणपणे खलाश्यांकडे जसा असतो तसा ! मला पाहताच त्याला विलक्षण आश्चर्य वाटलं. खरं तर इतक्या लवकर आपल्याला पोलिस पकडतील हे त्याच्या स्वप्नातच नव्हतं.

त्यानी मला फारसा विरोध केलाच नाही. त्यानं आपला गुन्हा पूर्ण विचारान्ती केला होता आणि त्याबद्दल त्याला पश्चाताप होत नाहीये. तरी देखील त्यानं आपल्या जबानीत आपल्याला एक आत्मनिवेदन दिले आहे. फाशी जाण्यापूर्वी आपलं निवेदन नोंदवून घेण्याची इच्छा, त्यानं प्रकट केली.

अर्थातच ते पत्र मी सोबत जोडत आहे. त्यातून या सगळ्या प्रकरणावर पुरेसा प्रकाश पडू शकेल. होम्स, केवळ तुमच्यामुळेच हे गूढ प्रकरण मी उलगडू शकलो ! अन्यथा मला एकट्याला तर ते अशक्यच होतं. तुमचे आभार मानावे, तेवढे थोडेच आहेत !

तरीही माझे मनापासून मानलेले आभार आपण कृपया स्वीकारावेत ही नम्र विनंती ! मी खरंच भाग्यवान आहे की तुमच्यासारखा सहयोगी मला माझ्या कारकीर्दीतच भेटला ! ही केस लेसट्रेडची म्हणून जरी ओळखली गेली तरी सत्य हे आहे की ही केस होम्सच्या बुद्धीचातुर्याची आणि तर्कशुद्धतेचीच आहे, यात शंका नाही ! असो.

सोबत जिमच्या निवेदनाची एक छायाप्रत संदर्भासाठी जोडत आहे. धन्यवाद !

आपला,

इन्स्पेक्टर लेसट्रेड

होम्सनी ते पत्र वाचलं आणि शांतपणे माझ्याकडे दिलं. त्यावर त्यानी काहीच प्रतिक्रिया दिली नाही.

मला मात्र होम्सचा विलक्षण अभिमान वाटला. खरं तर संपूर्ण केसभर मी होम्सच्या बरोबर होतो. पण मला त्याचा तळ नाही गाठता आला. होम्सकडे एक निरभिनिवेश खुलं मन आहे. उदंड ऊर्जा आणि अपार जिज्ञासा लाभलेल्या होम्सचे मन किती तल्लख आहे, ते या निमित्ताने मला पुन्हा अनुभवायला मला मिळालं. मी होम्सचे मनापासून अभिनंदन केलं.

होम्स मला म्हणाला, 'जिम ब्राऊनरचं पत्र तर वाच !' मी लेसट्रेडच्या पाकिटातून जिमचे निवेदन काढलं आणि वाचायला सुरुवात केली.

मी जिम ब्राऊनर....

एका जहाजावरचा साधा खलाशी. एक सर्व सामान्य माणूस. मूळात अत्यंत संवेदनशील असलेला एक तरुण मद्याच्या इतक्या आहारी जातो आणि आपल्याच पत्नीचा, तिच्या याराचा निघृण खून करतो ? इतकंच नव्हे तर जिच्यामुळे हे सगळं घडलं त्या मिस साराला धडा शिकविण्यासाठी त्या दोघांचे कान कापून तिला त्या दोन कानांच पार्सल तिच्या पत्यावर पाठवतो ? हे सगळंच विचित्र आणि विकृत वाटेल तुम्हाला! पण सत्य हेच आहे ! ते तुम्हाला सांगायलाच हवं !

मला विचाराल तर या सर्व प्रकाराला मिस सारा दोषी आहे. पण तिला तरी मी कसा दोष देऊ ? सत्य हे आहे की माझा मुळातला तापट स्वभाव, माझी पराकोटीची भावनाविवशता आणि

मेरीवरचे अलोट प्रेम या सर्वांचे हे फलित आहे.

तुम्हाला सांगतो, माझे मेरीवर विलक्षण प्रेम होते. पण त्याच मेरीवर आणि तिच्या यारावर, अलेकवर मी सपासप वार केले. एक दोन नाही तेवीस वेळा. खरं तर मी काय करतोय हे मलाच कळत नव्हतं ! झालं ते अभावितपणे पण मीच ते केलं हे दारुण असलं तरी सत्य आहे.

माझी पत्नी मेरी आणि तिची जुळी बहिण सारा आणि त्या दोघींपेक्षा अतिशय समंजस असलेली सुझन. या तीन बहिणी. त्या एकदा बंदरात सफारीला आलेल्या असताना माझं मेरीवर प्रेम जडलं. मेरीनंही मला प्रतिसाद दिला. मुख्य म्हणजे मेरीच्या मोठ्या बहिणीनं सूझननी याला होकार दिला आणि आमचं लग्न झालं ! पण लग्न ठरण्याअगोदर मी, मेरी आणि सारा आम्ही खूप भटकायचो. एखादी बोट भाड्यानं घ्यायची आणि सागरात सफारीला निघायचं ! सारा पण आमच्या बरोबर येत होती. पण पुढे लग्न ठरल्यावर सुझननीच तिला जाऊ नको म्हणून सांगितलं!

लग्नानंतरचं पहिलं वर्ष मजेत गेलं. मेरी आणि सारा जुळ्या असल्यानं आणि मुळात मेरी अतिशय भोळी आणि अंधश्रद्धाळू असल्यानं, तिचा सारावर फार जीव होता. ती आपली सगळी सुखदुःखं साराला सांगायची ! एक दिवस मेरीनं साराला आपल्या घरी रहायला बालोवलं आणि...सगळंच चित्र पालटून गेलं.

त्यानंतर का कुणास ठाऊक मला असं वाटायला लागलं की तिचे डोळे आमच्या दोघांच्या मागे कायम चिकटलेलेच असतात. खरं तर मेरीचा सहवास मला मिळावा, म्हणून जुनी फिरती नोकरी मी सोडली होती. एक दिवस आमची मालवाहतूक

बोट बिघडल्यामुळे दोन दिवस उशीरा ती निघणार होती. मी तातडीनं घरी परतलो. तर घरात सारा एकटीच होती आणि मेरी कुठं तरी बाजारात गेली होती.

खरं तर आम्हां तिघात, म्हणजे मेरी, मी आणि सारात इतका मोकळेपणा होता की मला काही गोष्टी लक्षातच आल्या नाहीत. एके क्षणी लक्षात आलं की साराचं माझ्यावर विलक्षण प्रेम होतं आणि तिला माझ्याशी लग्न करायचं होतं. ते ऐकून मी उडालोच. खरं तर मी असा कधी विचारच केला नव्हता !

मी घरी आलो तेव्हा सारानंच एके क्षणी मला हे सांगितलं. त्या दिवशी तिची नजर काही वेगळीच असल्याची मला जाणवली. तिनं जेवणाची तयारी केली होती आणि ड्रिंक्सचीही. ती स्वत: खूप ड्रिंक्स घ्यायची. मी तिला म्हटलं की मेरी आल्यावर आपण जेवण करू ! पण तोपर्यंत थांबण्याची तिची तयारी नव्हती. तिनं माझ्या गळ्यात हात टाकला आणि मला म्हणाली, 'जिम आय लव्ह यू !' मी महत्प्रयासाने तिचा हात सोडवला आणि तिला बाजूला करण्याचा प्रयत्न करू लागलो. तेवढ्यात तिथं मेरी आली.

ती ते दृश्य पाहून विलक्षण दचकली. मला वाटलं मेरीचा काही गैरसमज होणार नाही, आपण तिला नंतर सगळं समजून सांगू. पण नंतर ती वेळच आली नाही. उलट सारानीच तिला माझ्या बद्दल खोटंनाटं काहीतरी सांगितलं असावं. कारण मी जेव्हा चौदा दिवसांनी बोटीवरुन परत आलो, तेव्हा मेरीच्या वागण्यात खूप फरक पडला होता. मी मेरीला समजवण्याचा प्रयत्न केला पण...मला काय करावं हेच कळेना ! मग मी

नकळत दारू प्यायला लागलो. जेवढा मी अधिक प्यायचो तेवढा माझ्यातली आक्रमकता अधिक जागी व्हायची !

पुन्हा चौदा दिवसांची ट्रीप. पण यावेळेला ती बारा दिवसातच आटोपली आणि मी घरी दोन दिवस लवकरच परतलो. पाहतो तो घरात सारा, अलेक आणि मेरी छान पैकी पार्टी करीत आहेत आणि मेरी अलेक बरोबर डान्स करते आहे.

ते दृश्य पाहताच माझा तोलच गेला. माझ्या गैरहजेरीत अलेक अनेकदा येतो, हे मला कळलं होतं. पण मी त्यावर विश्वास ठेवला नव्हता ! मग मी साराला माझ्या घरातून हुसकाऊन लावलं. मेरीला ते आवडलं नाही. पण माझा इलाज नव्हता. सारा, सुझनकडे रहायला गेली.

मला वाटलं, आता पुन्हा पूर्वीसारखं जीवन सुरळित होईल. पण दुर्दैवानं तसं झालं नाही. माझ्यातली आक्रमता, माझी दारू जसजशी वाढत गेली, तसतशी मेरी माझ्यापासून दूर होत गेली.

आणि तो दुर्दैवी दिवस उगवला. एकदा मी मुद्दामच तीन दिवसांची सुट्टी काढली आणि मेरीच्या मागावर राहिलो. मग माझ्या लक्षात आलं की मेरी आणि अलेक एकमेकांच्या चक्क प्रेमात पडले आहेत. कटू असलं तरी हे सत्य आहे. एकदा तर मी त्यांचा पाठलाग केला, तेव्हा ते भाड्याची बोट घेऊन समुद्रात सफारीला गेल्याचं मी प्रत्यक्ष डोळ्यांनी पाहिलं.

त्या दिवशी मी खूप दारू घेतली आणि त्या दोघांचा दुसऱ्या एका बोटीतून पाठलाग केला. त्यावेळी समुद्रात बरंच धुकं होतं आणि भरतीमुळे लाटाही उसळत येत होत्या. त्यावेळी माझ्या मनात आलं, आपण या अलेकचा काटा काढू या. मी

त्यांना एके ठिकाणी गाठलं. मला पाहताच मेरी विलक्षण बिथरली. पण अलेक निर्लज्य होता. मग मी अलेकवर चाल केली आणि माझ्या हातातल्या चाकूने त्यावर वार केला. मेरीला त्याचा पुळका आल्यामुळे तीही मधे पडली आणि त्यामुळे माझा राग आणखीनच वाढला. मी त्या दोघांवर सपासप वार केले. मी किती वार केले हे देखील मला आता आठवत नाहीत. ते दोघं निपचित पडल्यावर मला खरी जाग आली.

त्या उसळत्या समुद्रात मला पाहणं कोणी शक्यच नव्हतं. मी त्या बोटीची एक फळी तोडली. त्या छोट्या बोटीत पाणी शिरायला लागलं. माझा सूड इथेच संपला नव्हता, मला सारावर सूड उगवायचा होता. मी त्या दोघांचा एकेक कान कापून घेतला. आणि साराला पाठवून दिला. आता या प्रकाराचा कदाचित सुझनला त्रास होईल, पण माझा इलाज नाही.

बऱ्याच वेळानं समुद्र शांत झाला आणि मीही थोडा शांत झालो. माझी दारूही पूर्णपणे उतरली होती. म्हटलं तर हे मी ठरवून केल आणि म्हटलं तर मी अनाहूतपणे केलं. मला त्याचं समर्थन द्यायचं नाही. पण फाशी जाण्यापूर्वी माझ मन मोकळं व्हावं असं वाटतंय !

बऱ्याच दिवसात मी गाढ झोपलो नाही. आता मला मृत्यूच्या कुशीत झोपायचं आहे. मेरी तुझ्याशी मी असं वागायला नको होतं. पण तुझं असं जगणं मला सहन होत नव्हतं....! मेरी, मी तरी काय करू ? मी तुझ्या मागे स्वर्गात येतोच आहे. कदाचित मला स्वर्गात जागा मिळणार नाही. असो.

बाकी काय लिहू ?...हात थरथरतोय. थांबतो आता !

मी ते निवेदन वाचलं आणि होम्सकडे ते निवेदन दिलं.

मी होम्सकडे पहात होतो. होम्सनी आपला पाईप ठेवून दिला आणि तो आपल्या लाडक्या खूर्चीत बसला. त्यानं आपले डोळे मिटले.

एके क्षणी तो मला म्हणाला, 'माणसाचं मन मोठं विचित्र आहे, नाही ? ते मन इतकं चचंल आहे की त्या मनात काय चाललेलं आहे, हे कोणालाच कळू नये. हे जिमचं प्रेम होतं की सूड ? जिम या थरापर्यंत का आणि कसा गेला ? समुद्रातलं वादळ मोठं की जिमच्या मनातल वादळ मोठं ? माणूस सगळे स्तर ओलांडून इतका अध:पतीत होऊ शकतो ? जिमच्या वर्तनाचं मी काय मूल्यमापन करणार ? मला यावर काहीही बोलायचं नाहीये.'

होम्स स्वत:शीच बोलत होता आणि मी मात्र अभावितपणे त्याचं बोलणं ऐकत होतो.

****

३

रक्तखूण

'वॉरेन मॅडम तुम्ही उगाच अस्वस्थ होताय. काळजी वा चिंता करण्यासारखं यात काहीही नाही. तुम्ही उगाचच माझा वेळ खाताय. मला इतरही बरीच कामं आहेत.'

'मला मान्य आहे होम्स, पण...जसं तुमचं तुमच्या शोध प्रान्तात प्रभुत्त्व आहे. तसंच माझाही काही अनुभव असेलच ना ?'

'मी समजलो नाही तुम्हाला काय म्हणायचं आहे ते ?'

'खरं तर मलाही ते नीटसं कळलेलं नाहीये. म्हणून तर मी तुमच्याकडे आले. मला धोक्याची घंटा ऐकू येते आहे. गेले बत्तीस वर्षे मी हे लॉज चालवते आहे. त्यामुळे माझ्या लॉजमध्ये रहायला येणाऱ्या प्रत्येक माणसाच्या हालचालीवरुन मीही थोडं फार ओळखते. तुमचं जसं तर्कशास्त्र आहे तसे माझेही काही अंदाज आहेत. त्या अंदाजांनीच मला इथपर्यंत आणले आहे.'

'तुम्ही नीट सांगा पाहू ?'

'तेच तर मघापासून मी सांगण्याचा प्रयत्न करते आहे. आमच्या लॉजवर राहणारे फेअरडील हॉब्ज तर तुमची विलक्षण स्तुती

करीत असतात. ते तर म्हणतात. शोध घ्यावा तो होम्सनीच ! इतकंच नव्हे तर *सत्याला मुठीत पकडणारा माणूस म्हणजेच शेरलॉक होम्स!*

'तुम्ही ज्या फेअरडील हॉब्ज विषयी बोलता आहात त्या गृहस्थाची केस अगदीच मामूली होती. त्यामुळे ती केस हाताळताना मला जास्त कष्ट पडले नाहीत वॉरेन मॅडम !.'

'पण तरीही मी म्हणते म्हणून तुम्ही यात लक्ष घाला. गेल्या बत्तीस वर्षात, लॉजमध्ये किती तऱ्हेची माणसं आली आणि गेली. कधी चक्क चोर आले. कधी प्रेमिक आले तर कधी व्यावसायिक. एकूणच अगदी नाना तऱ्हेची माणसं लॉजवर आली, पण ह्या गृहस्थाविषयी मला प्रथमच काही अंदाज बांधता येत नाही. कारण तो समोर आला तर त्याविषयी काही अंदाज बांधणार ना ?'

'म्हणजे ?'

'या आठ दिवसात त्या माणसानं मला दर्शनही दिलं नाही.'

'अहो पण एखादा आपल्या अभ्यासाठी आला असेल तर माणसाला कोणाचाच डिस्टर्बन्स नको असतो. नाहीतर आमच्या डॉक्टर वॉटसन सारखा तो एखादा मोठा लेखक असेल !'

'थट्टा नाही हो. हा गृहस्थ आपल्या खोलीबाहेर पडलेलाच नाहीये. आपल्याच खोलीत तो सारखा हिंडत असतो. माझ्या मनात येतं, दिवसभर ह्या गृहस्थानं स्वत:ला कोंडून घेतलं आहे. याचा अर्थ नक्कीच काही तरी वाईट कृत्य, ह्या माणसाच्या हातून घडलेलं आहे. होम्स, का कुणास ठाऊक, तशी माझ्या मनात शंका येते.'

'तुम्हाला त्यानी काही त्रास दिला का ?'

'छे हो, मुळीच नाही. पण पुढे त्रास होऊ नये म्हणून आपण आधीच काळजी घ्यायला हवी ना ? मी एकटी बाईमाणूस. जरा भीती

वाटते. खरं सांगू आता वय जस जसं वाढत चाललं आहे, तस तसं असुरक्षिततेची भावनाही अधिक वाढते आहे. अलीकडे माझा आत्मविश्वास डळमळीत होत चालला आहे. बरं, माझा नवरा कामावर जातो, त्यामुळे दिवसभर लॉजवर मी एकटीच असते. तसं नाही म्हणायला मी एक मुलगी कामाला ठेवली आहे. शिवाय साफ सफाईसाठी दोन बायका येतात, पण त्या काही क्षणांसाठी असतात. होम्म, तुम्हाला सांगते, या माणसाचं गौडबंगाल मला काही कळत नाही.'

'तो कसा आहे दिसायला ?'

'दाढी ठेवलीय त्यानं. पिंगट डोळे आहेत त्याचे. तो जेव्हा रुम बुक करायला आला, तेव्हा मला तिसऱ्या मजल्यावरचीच रूम हवी आहे, असं म्हणाला.'

'आणखीन ?'

'पुढल्या पंधरा दिवसांच अगाऊ भाडं त्यानं दिलेलं आहे. अगदी अनामत रक्कमेसह. अर्थात माझी आर्थिक परिस्थिती तशी बेताची असल्यानं, मी त्याच्या कुठल्याच अटीला नकार दिला नाही.'

'अटी ?'

'हो. त्याच्या दोन-तीन अटी होत्या. तशा साध्याच पण काहीशा विचित्र.'

'म्हणजे ?'

'त्याची एक अट होती की मी कधी येईन आणि जाईन. अगदी मध्यरात्रीसुद्धा परत येईन. त्यामुळे रुमची किल्ली तो काही काऊंटरवर ठेवणार नाही. स्वत: जवळच ठेवेल.'

'बरोबरच आहे ते !'

'पहिल्या दिवशी तो रात्री बऱ्याच उशीरा आला. मला झोप

लागली होती, त्यामुळे तो कधी आला ते मला कळलंच नाही.'

'दुसरं असं की आपली खोली झाडण्यासाठी कोणालाही पाठवू नये, असं त्यानं पहिल्याच दिवशी सांगितलं. मीच माझी खोली आवरीन असं तो म्हणाला.'

'मग जेवणखाण ?'

'तीही एक गंमतच आहे.'

'म्हणजे ?'

'एक डबा आणि रिकामी डिश, वाटी, दोन चमचे आणि एक पाण्याची बाटली दरवाजाबाहेर खूर्चीत ठेवावी, असं त्याचं म्हणणं होतं. त्याप्रमाणे गेले पाच दिवस आम्ही तेच करतो आहोत. जेवणं झाल्यावर डिश स्वच्छ करुन बाहेर ठेवलेली असते. अर्थात जेवणही त्या माणसाचं फारचं थोडं आहे. बाकी तशा काही त्याच्या मागण्या नाहीत. तो माणूस ज्या दिवशी इथं रहायला आला, त्या दिवशी तो एकदाच बाहेर पडलेला दिसला. त्यानंतर मला तरी तो नंतर दिसलेला नाही होम्स !'

'आणखीन काही राहिलं आहे ?'

'हो. एक सांगायचं राहिलं ! जेवणाच्या थाळी बरोबर बाहेर, काही हवं नको, त्याची चिठ्ठी येते आणि ती सुद्धा टाईप केलेली. अक्षर सुद्धा मोजकीच. वर्तमानपत्र, काडेपेटी, संध्याकाळचं जेवण नको इ. पण हे सगळं टाईप केलेलं.'

'मॅडम, हा गृहस्थ जेव्हा तुमच्याकडे प्रथम आला, तेव्हा तो परदेशी वाटला का ?'

'तो इंग्रजी बोलत होता पण तितक्या सफाईनं नाही. मुख्य म्हणजे त्याचे इंग्रजी उच्चार काहीसे वेगळे होते.'

'त्याला भेटायला कोणी आलं होतं ?'

'नाही ?'

'काही पत्र वगैरे?'

'काही नाही.'

'जेवणाचा ट्रे परत येतो, तेव्हा त्यात काही नवी वस्तू दिसली का ? एखादं सिगारेटचं थोटूक वैगैरे...?'

'सिगारचं एक थोटूक मिळालं ! हे बघा...'

होम्सनी ते सिगारचं थोटूक काळजीपूर्वक बघितलं आणि त्यातील तंबाखूचा वासही घेतला. क्षणभर तो विचारमग्न झाला. एके क्षणी तो म्हणाला, 'मॅडम, तुम्ही तर तो माणूस आहे, असं म्हणाला होतात ? पण या थोटकावरुन ही सिगार, दाढी असलेल्या माणसानं ओढली असेल, असं मात्र वाटत नाही. त्या खोलीत दोन व्यक्ती तर रहात नाहीत ना?'

'छे छे, असं कसं होईल ! तो एकटाच आहे.'

'ठीक आहे. आता तुम्ही पुन्हा लॉजवर जा आणि मला प्रत्येक, अगदी छोट्या मोठ्या घडामोडीबाबत माहिती द्या. एखादं वेगळं-विचित्र काही घडलं, तर लगेचच मला कळवा ! पण सावध रहा ! या आता.'

होम्सनी वॉरेन मॅडमना अगदी जिन्यापर्यंत सोडलं आणि म्हणाला, 'तुम्ही काही काळजी करू नका !'

आत आल्यावर होम्सनी पाईप काढला आणि पेटवला. एक क्षण माझ्याकडं पहात होम्स म्हणाला, 'तू आज काहीच बोलला

नाहीस ? अगदी गप्प गप्प होतास ?'

'मी अतिशय उत्सुकतेने सगळं ऐकत होतो.'

'मग वॉटसन, तू काय अनुमान काढलास ?'

'मला तर सरळ सरळ वाटतं की तो माणूस परदेशी असावा!'

'अरे वा, तू तर खूपच मोठी प्रगती केली आहेस की ! हा तुझा अंदाज आहे की तर्क ?'

'काहीही समज. तू सिगारच्या थोटकाबद्दल बोललास, त्या अर्थी त्या व्यक्तीच्या संपर्कात, दुसरी व्यक्ती कोणी तरी येत असली पाहिजे. दुसरं असं की हा गृहस्थ पहिल्या दिवशी रात्री उशीरा आला, तेव्हा तोच माणूस परत आला की दुसरा कोणी तरी आला, हे आपल्याला कळायला मार्ग नाही.'

'वॉटसन, गो अहेड ! यू आर राईट. तुझी विचार करण्याची दिशा अगदी योग्य आहे.'

'दुसरं असं की स्वत:चं हस्ताक्षर लपवणारा व टाईप केलली अक्षरं वापरणाऱ्या रूममधील माणसाला फारसं इंगजी येत नसावं'

'रुममधील माणसाला ? पुन्हा एकदा सांग ?'

'त्या रुममध्ये जी व्यक्ती आहे, तिला इंग्रजी काहीच येत नसावं आणि सुरवातीला लॉजमध्ये नाव नोंदवणारी व्यक्ती, ही दुसरीच कोणीतरी असली पाहिजे.'

'मान लिया वॉटसन ! आता मलाही तसंच काहीसं वाटतय. एक लक्षात घे, ज्या अर्थी त्यांचा बाकीच्या जगाशी संपर्क तुटला आहे, त्या अर्थी वृत्तपत्राच्या आधारे ती व्यक्ती, बाह्य जगाशी संबंधित राहणार !'

'करेक्ट होम्स, याचाच अर्थ आपण गेल्या सात दिवसातले

पेपर्स आणि विशेषत: त्यातल्या जाहिराती काळजीपूर्वक वाचल्या पाहिजेत. कदाचित त्या जाहिरातीवरुन आपल्याला बाह्य जग आणि तो लॉजवरील माणूस, यांच्या संबंधांविषयी कळू शकेल.'

'वॉटसन, यू आर अ वर्ल्डक्लास लिसनर ! आज तू व्यक्त केलेले तर्क-अंदाज इतके बरोबर आहेत की मी आता ठामपणे म्हणू शकतो की होम्सला पुढचा वारसदार भेटला आहे. आता होम्सला सुखानं मरायला हरकत नाही !'

'होम्स ऽ ऽ काय बोलतोस तू हे ?'

'सॉरी वॉटसन !'

'सॉरी काय ?'

त्यानंतर मी काहीही न बोलता खिडकीपाशी गेलो. तिथं बराच वेळ उभा राहिलो.

तेव्हा होम्स म्हणाला, 'कमॉन वॉटसन, अरे मजा केली. उलट मी तुझ्या तर्कबुद्धीला मोठी दाद दिली. हे बघ गेल्या आठवड्यातले सगळे पपर्स काढले आहेत.'

नंतरचे दोन-तीन तास आम्ही त्या छोट्या जाहिराती बघत राहिलो. मी होम्सला म्हणालो, 'गेल्या सात-आठ दिवसातल्या या जाहिराती, ही निवेदने आपण जर एकत्रितपणे पुन्हः पुन्हा वाचली तर काही निरीक्षणे आपल्याला गवसू शकतात. मला तर वाटतं आहे की यावर मी एक चांगला लेख लिहू शकेन. आता हेच निवेदन बघ ना... *तू घरातून गेल्यापासून सर्व जण विलक्षण चिंतेत आहे. तुझ्या मुलाने तुझाच हट्ट धराला आहे* -जीमी'

तेवढ्यात होम्स मला म्हणाला, ‘या *जी* नावाच्या माणसाच्या जाहिराती बघ. गेल्या सात दिवसात तीन वेळेला त्यांनी जाहिराती दिल्या आहेत.’

‘वाच पाहू ?’

‘अंतर पडणार आणि विरह हा होणारच. पण सहन कर ! उद्याच्या चांगल्यासाठी हे आपल्याला सहन करावंच लागेल. पण लवकरच मी तुझ्याशी संपर्क साधेन’ : *जी*

‘होम्स, हे निवेदन तो गृहस्थ लॉजमध्ये आला, त्यानंतरच्या दुसऱ्या दिवसाचं आहे.’

‘मला वाटलं होतं पाऊस पडेल, पण काळजीचं कारण नाही. आता हवा स्वच्छ झाली आहे’ : *जी*

‘कालच्या पेपरात हा *जी* काय म्हणतो ते बघ : दोन मजली लाल रंगाच दोन घर. एकच खिडकी आणि ओक वृक्ष. लक्षात ठेव, १ म्हणजे अे, ४ म्हणजे डी इत्यादी.’

होम्सने पाईप काढला आणि म्हणाला एका पाईपची आता मला नितांत गरज आहे. तो बराच वेळ शांत बसला. अचानक एके क्षणी उठत मला म्हणाला, ‘चल, आपण या *जी* चं दोन मजली घर पाहू आणि ते लॉजही.’

तो दिवस आमचा अतिशय चांगलाच ठरला. सगळी कामं अगदी ठरल्याप्रमाणं झाली. मुख्य म्हणजे आम्हाला ते लाल रंगाचं दोन मजली घर मिळालं. त्याच्या बरोबर पाचशे फुटावर वॉरेन मॅडमच्या लॉजचा तिसरा मजला आणि त्याची खिडकी दिसत होती.

ते पाहताच होम्स विलक्षण खूष झाला आणि माझ्याकडे पहात तो हसत हसत म्हणाला, 'वॉटसन आपण योग्य विचार, योग्य ठिकाणी केला आहे. आता फक्त या दोहोतलं संदेनवहन कसे होतं, ते मला पहायचं आहे. असो.'

'होम्स, आता आपण वॉरेन मॅडमच्या लॉजवरच जाऊ या!'

आम्हाला पाहताच वॉरन बाई धावतच बाहेर आल्या आणि म्हणाल्या, 'बरं झालं तुम्हीच आलात. नाहीतरी मी तुमच्याचकडे येणार होते.'

'का, काही विशेष ?'

काही क्षण वॉरेन मॅडम शांत राहिल्या. त्यांना खरं तर खूप बोलायचं होतं, पण त्यांना एकदम रडूच कोसळलं.

होम्सनी त्यांना शांत केलं आणि म्हणाला, 'असं रस्त्यात नको, आपण आत जाऊन बोलू या.'

आत गेल्यावर वॉरेन मॅडम काहीशा शांत झाल्या. पण त्या अतिशय घाबरलेल्या होत्या.

'तुम्ही घाबरू नका, काय झालं ते मला सांगा ?'

'होम्स, माझ्या नवऱ्याला आज कुणीतरी पळविण्याचा प्रयत्न केला. तो सकाळी कामावर जाण्याच्या तयारीत असताना दोन तरुणांनी त्यांना काही तरी निमित्त काढून बरंच मारलं. त्यांच्या डोक्याला आणि डोळ्याला खूप लागलं आहे. मग त्यांनी त्याला एका गाडीत कोंबलं. तासभर फिरवलं आणि पुन्हा कुठंतरी आडबाजूला चालत्या गाडीतून फेकून दिलं. मला आता तर फारच चिंता वाटायला लागली आहे.'

'वॉरन मॅडम, माझ्या अंदाजानं हा प्रकार गैरसमजातून झालेला असावा. त्या लोकांच्या जेव्हा लक्षात आलं की हा माणूस कोणीतरी दुसराच आहे, तेव्हा त्याला त्यांनी सोडून दिलं. पण ती माणसं कोण होती, म्हणजे कोणत्या भाषेत बोलत होती?'

'होम्स, त्यांनी काहीही न बोलता, माझ्या नवऱ्याला बडवायला सुरवात केली. मी आत्ताच्या आत्ता त्या तिसऱ्या मजल्यावर राहणाऱ्या माणसाला बाहेर काढते.'

'प्लीज मॅडम, असं काही करू नका ! नाहीतर आत्तापर्यंत आपण केलेले सगळे कष्ट वाया जातील. आम्हीही शोध घेत आहोत. बऱ्यापैकी आमच्याही हातात यश लागलेलं आहे. फक्त दोन दिवसांची कळ काढा.'

'हे सहनशक्तीच्या पुढचं आहे होम्स ! ते जोपर्यंत कुठलीच हानी करीत नव्हते, तो पर्यंत माझं काहीही म्हणणं नव्हतं !'

'मॅडम, आम्हाला त्या माणसाला पहायचं आहे. तुम्ही त्याला जेवण द्यायला कधी जाता ?'

'दोन वाजता !'

'आता तुम्ही जेव्हा जेवणाचा डबा आणि डीश ठेवाल, तेव्हा ते घेण्यासाठी तरी ती व्यक्ती दरवाजा उघडतच असणार ?'

'होम्स, त्या खोलीच्या अगदी समोर माझी एक अडगळीची खोली आहे. पण त्यात बरचसं सामान आहे. तिथल्या दरवाज्याच्या छिद्रातून तुम्ही त्या व्यक्तीला पाहू शकाल !'

'तुम्ही वर जा आणि हलक्या पावलानं तो दरवाजा उघडून ठेवा. आत्ता दीड वाजलेलाच आहे. पंधरा-वीस मिनिटांनी तुम्ही त्यांचा जेवणाचा डबा आणि डिशेश, वर्तमानपत्र ठेवून या.'

ते ऐकल्यावर वॉरेन मॅडमचा चेहरा अधिक उजळला आणि त्या लगेचच तयारीला लागल्या.

पावणे दोन वाजता म्हणजे दहा-पंधरा मिनिटे लवकरच, त्यांनी जेवणाचा डबा ठेवला आणि त्या निघून गेल्या. मी आणि होम्स आम्ही दोघंही त्या समोरच्या रुममध्ये होतो. मधल्या काळात त्या अडगळीच्या खोलीच्या खिडकीतून होम्सनी तिथल्या परिसराची पहाणी केली. तेथून ती लाल रंगाची दोन मजली इमारत स्वच्छपणे दिसत होती. तिथल्या एकमेव खिडकीतून कंदील हालवून संदेश येत होता.

तेवढ्यात तो समोरचा दरवाजा किलकिला झाला आणि एक नाजूकसा हात बाहेर आला आणि....

'होम्स, आत तुला काय दिसलं ?'

'वॉटसन, तू म्हणत होतास, तेच बरोबर निघालं. आत दुसरंच कोणीतरी आहे.'

'म्हणजे ?'

'आत एक स्त्री आहे. बहुधा ती अमेरिकन वा इटालियन असावी. इटालियनच असेल! निदान तिच्या ड्रेसवरून तरी तसं वाटतंय.'

दुसऱ्याच क्षणी आम्ही हलक्या पावलांनी खाली आलो. होम्स, वॉरेन मॅडमना म्हणाला, 'आम्ही पुन्हा संध्याकाळी येतो. तो पर्यंत संयम पाळा आणि सावध रहा. निदान दोन दिवस. मी सांगेपर्यंत तुम्ही कोणी बाहेर पडू नका !'

'होम्स, आत खोलीत तुम्ही कोणाला पाहिलं ?'

त्यावर होम्स हसला आणि म्हणाला, 'संध्याकाळी सगळं कळेलच. तोवर धीर धरा. पण काळजी करू नका !'

आम्ही वॉरेन मॅडमच्या लॉजवरुन सरळ बेकर स्ट्रीटवर आलो. आल्या आल्या होम्सनी, मिसेस हडसन यांना कॉफी करायला सांगितली. होम्स, काही क्षण गप्प होता. तो बराच वेळ तसाच आपल्या खूर्चीत बसून राहिला. एके क्षणी त्यानं पाईप काढला आणि पेटवला.

'होम्स, एक विचारू ?'

'वॉटसन, विचार ना ? परवानगी कसली मागतोस ?'

'तू आत नेमकं काय पाहिलंस ?'

'वॉटसन आत एक स्त्री होती. बहुधा ती इटालियन असावी. निदान तिच्या ड्रेसवरुन तरी तसं वाटतंय. मुख्य म्हणजे ती विलक्षण भेदरलेली होती. साशंकता, संशय आणि असुरक्षितता यांनी ग्रासलेली. माझ्या अंदाजाने ती कोणत्यातरी संकटात सापडलेली असावी आणि त्या पासून वाचण्याचा तिचा प्रयत्न असावा. कारण तिची भीतीग्रस्तता मला चांगलीच जाणवत होती.'

'मला अजून नीट समजलं नाही ?'

'अरे, हे सरळ आहे की ते एक जोडपं असावं आणि काही ना काही कारणानं तो तिच्याजवळ राहू शकत नाहीये. चिठ्ठीतलं अक्षर हे एका स्त्रीचं आहे, हे ओळखू येऊ नये म्हणून तिनं टाईपरायटरचा आश्रय घेतलेला दिसतो आहे.'

'मग ते सिगारचं थोटूक ?'

'तिचा नवरा रात्री-अपरात्री तिच्याकडे येत असणार !'

'होम्स, मघाशी आपण त्या अडगळीच्या खोलीतून पाहिलं की ती बाई कसला तरी संदेश घेत होती. याचाच अर्थ या संदेशातील सांकेतिकता तिला कळत असावी. ती सर्वसामान्य स्त्रीसारखी नसावी असं मला वाटतंय. ती विलक्षण सावध असणार आणि चतुरही.'

'शक्य आहे ! पण ते जे कोणी दोघं आहेत, ते एकमेकांशी जाहिरातीद्वारे संपर्क साधून आहेत, एवढं मात्र नक्की.'

'वॉटसन आपल्याला तातडीने हालचाल करावी लागणार आहे. ते देखील आजच. अंधार पडल्यावर, आपण त्या दोन मजली इमारतीवर धाड टाकू.'

'का ?'

'मघाशी जो संदेश पाठवला गेला तो *धोका, सावधता* या सदरातला होता. त्यामुळे काही तरी वाईट घटना घडलेली आहे वा घडणार आहे. निदान संध्याकाळपर्यंत तरी वाट पहावीच लागणार !'

'होम्स, ह्या प्रकरणाची व्यापकता खूप मोठी असावी ! आपल्याला स्कॉटलंड यार्डला ह्या सगळ्याचा तपशील कळवायला हवा ! कारण ही काही नेहमीसारखी छोटी केस नाहीये.'

'ठीक आहे वॉटसन. आज आपण, एकच खिडकी असलेल्या त्या लाल दोन मजली इमारतीवर लक्ष ठेवू आणि मग नंतरच काय करायचं, याचा निर्णय घेऊ ! तू तुझं पिस्तूल बरोबर घे.'

संध्याकाळी आम्ही थोडे लवकरच त्या दोन मजली लाल इमारतीपाशी पोचलो. नंतर आम्ही एका दुसऱ्याच बिल्डिंगच्या

आडोशाला उभे राहून टेहाळणी करायला लागलो. खरं तर, आम्ही जिथे उभे होतो, तेथून वॉरेन मॅडमचं लॉज, त्याचा तिसरा मजला-खिडकी आणि ती दोन मजली लाल इमारत आणि त्याची एकमेव खिडकी आम्हाला अगदी थेट दिसत होती.

तेवढ्यात होम्सची नजर त्या लाल इमारतीच्या प्रवेशद्वारा जवळ गेली. त्यातून तो दाढीवाला गृहस्थ घाईघाईनं बाहेर येताना दिसला. तो जवळच्या गल्लीत आत घुसला आणि दिसेनासा झाला.

तेवढ्यात आमच्या कानावर हाक ऐकू आली, 'गुड आफ्टरनून होम्स, वॉटसन !'

'इन्स्पेक्टर ग्रेगसन, तुम्ही इथं ?'

तेवढ्यात होम्स, ग्रेगसनला म्हणाला, 'आत्ता एक दाढीवाला इसम त्या इमारतीतून बाहेर पडला आणि त्या समोरच्या गल्लीतून पसार झाला आहे. त्याला तू पकडण्याची व्यवस्था कर ! तो आपल्याला कुठल्याही परिस्थितीत हवा आहे ग्रेगसन!'

'होम्स, ती व्यवस्था मघाशीच झाली आहे. दोन माणसं त्याच्या मागावरच आहेत. लवकरच त्याला पकडतील. मुख्य म्हणजे ती दाढी नकली आहे.'

'अगदी बरोबर ग्रेगसन !'

'पण होम्स तुम्ही इथं कसे ?'

'एकाच शोधाच्या वाटा, कुठल्यातरी वळणावर एकमेकांना भेटणारच !'

'होम्स, हे लिव्हरटन अमेरिकन पोलिसांचे प्रमुख.'

लिव्हरटन म्हणाले, ' आम्ही जॉर्जियानोच्या शोधात आहोत. अमेरिकेतील एक अट्टल बदमाश. आत्ता पर्यंत पन्नास एक खून तरी

यानी केले असतील. विशेषत: इटालियन वस्तीवर त्याची विलक्षण दहशत आहे. खरं तर याच्या मागावरच, केवळ याला पकडण्यासाठीच मी इंग्लंडला आलो आहे. माझ्या मते आता जास्त वेळ घालविण्यात अर्थ नाही. आपल्याला समोरच्या इमारतीत घुसायला हवं ! बी रेडी!'

होम्स, मी आणि लिव्हरटनसह ग्रेगसन, आम्ही आत गेलो. आम्ही पावलं न वाजवता, आमच्या पिस्तूली सांभाळत, दुसऱ्या मजल्यावर गेलो. ग्रेगसन, लिव्हरटनला आणि मला खुणेनंच म्हणाला, 'तुम्ही दोन कोपऱ्यात थांबा. मी आणि होम्स आधी आत जातो.'

दरवाजा किलकिला करून होम्स आणि ग्रेगसन आत घुसले. आत अंधारच होता. बाहेरच्या खोलीत कोणीच नव्हते. म्हणून ग्रेगसन मोठ्या सावधतेने आत गेला. आत जमिनीवर रक्ताच्या थारोळ्यात कुणाचे तरी प्रेत पडलेले होते. साडेसहा फुटी आडदांड माणूस होता तो. लिव्हरटननी त्याला पाहताच लगेचच ओळखलं. ते म्हटले, 'हा माणूस जॉर्जियानोच आहे. आपल्याला हवा असलेला गुन्हेगार !'

मी पुढे होऊन त्या प्रेताची पाहणी केली आणि म्हणालो, 'याचा मृत्यू काही क्षणापूर्वीच झाला आहे. कपाळावर *रक्तखूण* आहे.'

'*रक्तखूण* ही जॉर्जियानोच्या गँगची निशाणी आहे. याचा अर्थ त्या गँगमध्ये अडकलेल्या कुणाचं तरी हे काम असणार !'

'अगदी बरोबर. मघाशी इमारतीबाहेर पडलेला दाढीवाला गृहस्थ हाच खुनी असला पाहिजे', असे होम्स म्हणाला.

लगेचच ग्रेगसन म्हणाला, 'त्याची काळजी नको होम्स! तो काही वेळातच आमच्या ताब्यात असेल. कारण गेले दोन दिवस आम्ही या सर्वांच्या हालचालीवर नजर ठेवून आहोत. म्हणूनच जॉर्जियानोला येथून बाहेर पडता येत नव्हतं!'

ग्रेगसन लिव्हरटनकडे पाहून म्हणाला, 'तुम्हाला हवा असलेला गुन्हेगार, मृत का होईना पण मिळाला आहे. तुमची ट्रीप यशस्वी झाली आहे. जाताना तुम्ही ताठ मानेने मायदेशी परतू शकाल !'

तेवढ्यात होम्स, ग्रेगसनला म्हणाला, 'तो बघा, समोरच्या वॉरेन मॅडमच्या लॉजवरुन, तिसऱ्या मजल्यावरच्या खिडकीतून संदेश येतो आहे. एक मिनिट थांबा ! मला त्या संदेशाला उत्तर देऊ दे.'

नंतर होम्सनी खिडकीतून कंदील हलवून प्रतिसाद दिला.

ग्रेगसन मात्र मोठ्या आश्चर्यानं होम्सकडे पहात राहिला. तो होम्सला म्हणाला, 'होम्स, तू त्या संदेशाला उत्तर पाठवलंस.'

'होय ग्रेगसन, तेही त्यांच्याच सांकेतिक भाषेत. आता काही क्षण आपल्याला थांबावं लागेल. त्या स्त्रीला मी संदेश पाठवून इथं बोलावून घेतलं आहे.'

'काय ?' ग्रेगसन आश्चर्याने ओरडलाच.

'होय ग्रेगसन, आता सगळ्याच गोष्टीचा उलगडा होईल. आपण आपली पोझिशन घेऊ या.'

जवळ जवळ वीस मिनिटांनी एक स्त्री दबक्या पावलानी त्या खोलीत आली आणि तिनं जॉर्जियानोचं प्रेत पाहिलं. ते पाहिल्याबरोबरच ती आनंदाने किंचाळलीच.

आम्हीही अंधारातून तिच्यासमोर आलो. पण आम्हाला पाहून ती मुळीच घाबरली नाही.

'तुम्ही पोलिस आहात ? तुम्ही याला, या जॉर्जियानोला मारलंत ? मस्तच ! ही बातमी दक्षिण अमेरिकेत, जेव्हा आमच्या

इटालियन वसाहतीला कळेल तेव्हा त्यांना विलक्षण आनंद होईल.'

'पण मॅडम हे कृत्य तुमच्या नवऱ्यानं केलं आहे आणि काही क्षणातच तो पोलिसांच्या ताब्यात असेल !', होम्स म्हणाला

'मग मला काम फत्ते झाल्याचा आणि इथं येण्याचा संदेश कोणी दिला ?'

तेव्हा होम्स म्हणाला, 'मी. तुम्ही ही संकेतप्रणाली तयार केली असेल, पण मी ती शोधून काढली आणि संदेशाला योग्य तो प्रतिसाद दिला ! मला नक्की खात्री होती की हा संदेश पाहून तुम्ही लगेचच येणार ते !'

'तुमच्या नवऱ्यानीच याला मारलं आहे ना ?'

'अगदी बरोबर आणि मला त्याचा विलक्षण अभिमान आहे. या नराधमाला हीच शिक्षा योग्य आहे. कदाचित लंडनमधील पोलिस त्याला अटक करतील पण आमचे अमेरिकन पोलिस मात्र नक्कीच याबद्दल माझ्या नवऱ्याचा गौरव करतील ! ते पोलिस गेले सात वर्षे याच्या शोधात होते आणि आत्तापर्यंत जवळ जवळ पन्नास एक जणांना या नराधमानी यमसदनाला पाठवलं आहे.'

होम्स त्या बाईंना म्हणाला, 'इथं अमेरिकन पोलिस प्रमुख लिव्हरटन तुमच्यासमोरच उभे आहेत. तुम्ही जर, जे आहे ते सत्य कथन केलेत तर ती केस कशी उभी करायची, याचा ते विचार करू शकतील.'

लिव्हरटननी त्याला दुजोरा दिला आणि जास्तीत जास्त न्याय स्वरुपात केस उभी करू हे सांगितलं. तेव्हा ती बाई आश्वस्थ झाली. मग तिन हळूहळू आम्हा चौघांसमोर आपले आत्मकथन विस्तारानं मांडलं. अर्थातच मी ते लिहून घेतलं. ते पुढील प्रमाणे -

जार्जियानोला माझ्या नवऱ्यानंच, गेन्नरो यांनी मारलं आहे, हे सत्य आहे. किंबहुना हेच आमचं एकमेव ध्येय होतं. कारण त्याशिवाय आमच्यापुढे कुठलाच पर्याय नव्हता !

तसं पाहता माझा नवरा, गेन्नरो हा चांगला शिकलेला. कायद्याचा चांगला अभ्यास आहे त्याचा. तो माझ्या वडिलांकडे (पॉसिलिपो-नेपल्स) कामाला होता. ते प्रख्यात वकील होते. एकदा माझी गेन्नरोशी ओळख झाली आणि मी त्याच्या प्रेमात पडले. पण माझ्या वडिलांना हे प्रेम मान्य नव्हते. त्यांनी आमच्या लग्नाला खूप विरोध केला. मी त्यांना खूप समजाऊन सांगितलं पण....त्याचा काहीच उपयोग झाला नाही.

तसं आम्हा दोघांच उत्पन्न मर्यादित होतं. मी माझे काही दागिने विकले आणि न्यूयॉर्कला स्थायिक व्हायचं ठरवलं. कारण तिथल्या एका धनाढ्य अमेरिकन माणसाची केस माझ्या नवऱ्याला मिळाली. सुदैवाने न्यूयॉर्क मधील इटालियन वस्तीत आम्हाला जागा मिळाली आणि आम्ही आमचा संसार कसा बसा रेटू लागलो.

एक दिवस गेन्नरो रात्री घरी परतत असताना, काही जण आमच्या जवळच राहणाऱ्या एका इटालियन माणसाला, लुबाडतानाचं दृश्य त्यानं पाहिलं. गेन्नरोनं त्या माणसाला, त्या गुंडांच्या तावडीतून त्यावेळेला सोडवलं. ते गुंड जॉर्जियानोचे होते. ते इटालियन व्यावसायिकांकडून हप्ता वसूल करीत असत.

गेन्नरोनी ही गोष्ट पोलिसांना त्यावेळी सांगितली नाही. मध्यंतरी काही दिवस तसेच गेले. मध्यंतरी माझा नवरा टिटो नावाच्या एका श्रीमंत आणि दिलदार माणसाकडे कामाला लागला. आता जॉर्जियानो टिटोच्या मागे पैशासाठी लागला. टिटोचा

सफरचंदाचा मोठा व्यापार होता. टिटो, माझ्या नवऱ्याला अगदी मुलासारखा मानत होते. माझा हरहुन्नरी नवरा टिटोला हवी ती मदत करीत असे. वकील असूनही टिटोचा व्यवसाय सर्व स्तरांवर सांभाळायला, त्याने त्याच्या परीने भरपूर मदत केली. टिटोचा माझ्या नवऱ्यावर विलक्षण जीव होता विश्वास होता.

टिटोला तसा वारसदार कोणीच नव्हते. त्यानी लग्न केलेलं नव्हतं. टिटोच्या सगळ्या कारभारावर जॉर्जियानोचा डोळा होता. टिटोनी आपली सगळी इस्टेट माझ्या नवऱ्याच्या नावाने केली होती आणि हीच गोष्ट जॉर्जियानोला खुपत होती. जॉर्जियानो हा इटालियन वस्तीतल्या लोकांकडून दमदाटी करून, गुंडगिरी करून पैसे वसूल गोळा करीत असे.

एक दिवस मात्र काही गुडांनी टिटोवर हल्ला केला. माझा नवरा मध्ये पडला. त्यांनी काही गुंडांना पळूनही लावलं. पण तो स्वत:चा विलक्षण जखमी झाला. टिटोचा यात दुर्दैवी मृत्यू झाला.

माझा नवरा पोलिसात गेला आणि त्याने जॉर्जियानोविरुद्ध तक्रार नोंदवली. पोलिसांनी त्यातील काही जणांना पकडलं, पण काही निसटले. माझा नवरा हा टिटोच्या मृत्यूने पार खचून गेला. त्याला काय करावं हेच कळेना ! आता मात्र जॉर्जियानोची नजर माझ्या नवऱ्यावर पडली !

आता आमच्याकडे दोनच पर्याय होते आणि ते म्हणजे हा देश–व्यवसाय सोडून दुसऱ्या देशात जायचं, नाहीतर जॉर्जियानोला शरण जायचं. यातच त्याची वाकडी नजर माझ्यावर पडली. त्यामुळे माझा नवरा विलक्षण बिथरला.

दिवसेंदिवस जॉर्जियानो आमच्या भोवतीचे पाश अधिकच

आवळत नेत होता. त्यामुळे जे हाती लागेल ते घेऊन दुसऱ्या देशात पळून जाण्याशिवाय आम्हाला पर्यायच राहिला नाही ! दुसरीकडे पोलिसही जॉर्जियानोच्या शोधात होती.

एके क्षणी आम्ही इकडे यायचं निश्चित केलं. का कुणास ठाऊक या सर्वांचा सुगावा जॉर्जियानोला लागला. तोही आमच्या मागावर लंडनला आला. मग मात्र आम्ही दोघांनी असं भीतभीत जगण्यापेक्षा जॉर्जियानोचा थेट सामनाच करायचं ठरवलं. आधीच माझा नवरा टिटोच्या मृत्यूनं दुखावला गेलेला होता. त्यात हा ससेमिरा !

आता हाती तसा पैसा आला होता. इथंच व्यवसाय करावा आणि संसार पुढे न्यावा, असा आमच्या दोघांचा विचार होता. पण...

अखेरीस जॉजियानोविरुद्ध माझा नवरा दंड थोपटून उभा राहिला. आता आमच्या हाताशी टिटोचा बऱ्यापैकी पैसा आला होता. या पैशातून माझ्या नवऱ्यानं, त्याचीच माणसं फोडली आणि त्यालाच संपवला !

तुमचं सरकार माझ्या नवऱ्याला काय शिक्षा देईल, मला माहित नाही. पण मला मात्र माझ्या नवऱ्याचा गेन्नारोचा विलक्षण अभिमान वाटतो आणि नेहमीच वाटत राहिल.

****

४

पाणबुडीचा आराखडा

अमेरिकतील यादवी युद्धात १८६४ मध्ये दक्षिणेकडील राज्यांनी *हन्ली* या नावाने बांधलेल्या पाणबुडीच्या सहाय्याने उत्तरेकडील राज्यांची *हूसटॉनिक* ह्या नावाची युद्धनौका बुडवली. नाविक युद्धाच्या इतिहासातील पाणबुडीने बुडविलेली ही पहिलीच युद्धनौका होती. स्वयंचलन पाणबुडीचा पहिला यशस्वी अभिकल्प (आराखडा) जॉन पी. हॉलंड या अमेरिकन तंत्रज्ञानी यशस्वी करुन दाखवल्यावर, ब्रिटीश आरमाराने अधिक संशोधन करुन याच रचनेच्या पाणबुड्या बनविण्यास सुरवात केली. १९०२ सालापासून सर्रास पाणबुडीच्या निर्मितीस ब्रिटीशांनी सुरवात केली. पण त्याच्या अगोदरची, पाणबुडीच्या आराखड्यासंबंधीची एक घटना, कदाचित तुम्हाला माहित नसेल !

प्रामुख्याने पूर्णपणे पाण्याच्या खाली अत्यंत गुप्तपणे संचार करून, शत्रूच्या जहाजांवर अचानक हल्ला करणाऱ्या, नाविक दलातील युद्धनौकेला पाणबुडी म्हणतात. त्या पाणबुडीच्या आराखड्यासंबंधीची केस होम्सकडे आली होती. मला अजूनही स्पष्ट आठवतंय. नोव्हेंबरची

कडाक्याची थंडी आणि १८९५चं साल होतं ते. वातावरणात प्रचंड धुकं पडलं होतं. इतकं धुकं मीही यापूर्वी कधी पाहिलं नव्हतं. खरं तर मी होम्सच्या बेकर स्ट्रीटवर, खिडकीत उभा होतो, पण मला रस्त्याच्या पलीकडचं, काही म्हणजे काहीही दिसत नव्हतं !

सोमवार पासून सलग तीन दिवस हेच दृश्य होतं. घरात अडकून पडल्यामुळे, होम्स जाम वैतागला होता. पण तरीदेखील त्याचं काही ना काही काम चालू होतं. संगीतासंबंधीची काही कात्रणं तो काढत होता. आता तुम्हाला माहितीच आहे की व्हायोलीन हा होम्सचा अगदी विक पॉइन्ट आहे. जगप्रसिद्ध व्हायोलीन वादक सारासाटी यावर त्याचं अपार प्रेम ! पाश्चात्य संगीताच्या प्रवाहात व शैलीत कसकसे बदल होत आहेत, याचा होम्स अभ्यास करीत होता. पहिले दोन-तीन दिवस त्याने उत्साहाने अभ्यास केला, पण गुरुवारी मात्र होम्सची विलक्षण चलबिचल झाली. तो अस्वस्थतेने घरातल्या घरात फेऱ्या मारू लागला.

एके क्षणी माझ्याकडे वळून म्हणाला, 'केवळ बेकर स्ट्रीटवरच नव्हे तर लंडनचा सारा परिसर धुक्याने व्यापलेला आहे. जवळचं, अगदी पंधरा-वीस फुटावरचं दिसत नाहीये. म्हणजे गुन्हगारीला कुरणच!'

'होम्स, मी समजलो नाही ?'

'त्यात न समजण्यासारखं काय आहे ? धुक्यात दृश्यमानता नसतेच. बरोबर ?'

'बरोबर !'

'नीचस्तरीय मेघ आपल्या भोवतीच वावरत असल्याने आपल्याला पुढचं काहीच नाही. अशा वेळी या धुक्याचे स्तर भेदून एखादा चोर सहज गायब होऊ शकतो !'

'खरं आहे होम्स ! अवतीभोवतीची धुरकटता आणि भूपृष्ठावरील वातावरणात मुक्तपणे संचार करणारे हिमकणयुक्त मेघ हे कधी कधी मोठ्या गुन्हेगारासाठी वरदान ठरू शकते.'

तेवढ्यात जिन्यात पावलं वाजली म्हणून होम्सनी तत्परतेनं दरवाजा उघडला. तो परतला तेव्हा त्याच्या हातात तार होती. होम्सनी ती तार सहजपणे उघडली आणि तो त्यात हरवून गेला.

'कोणाची तार आहे ?'

'मायक्रॉफ्टची !'

'मग तुला एवढं आश्चर्य का वाटलं ?'

'नाही, आश्चर्य नाही. पण ज्या अर्थी मायक्रॉफ्ट आपली रोजची चौकट, त्यातली सुरक्षितता सोडून इथं येतो आहे याचाच अर्थ प्रकरण नक्कीच गंभीर कारण असणार !'

'होम्स, तुझा थोरला भाऊच आहे ना तो ? मग येऊ दे ना त्यांना ! त्यांना आपल्या छोट्या भावाची तीव्रतेने आठवण येत असेल!'

'छे रे, तसं काहीही नाही !'

'अरे मग तारेतला मजकूर तरी वाच ?'

होम्सनं तो मजकूर वाचला :

कॅडोगन वेस्ट बाबत तुझ्याशी महत्त्वाचं बोलायचं आहे. तुझी मदत लागेल. घरीत थांब, मी येतोच आहे.

'आधीच वातावरणात इतकी धुकं आहे आणि त्यात हा कशाला येतो आहे ? वॉटसन, सहसा आपली वाट मायक्रॉफ्ट कधी

सोडत नाही आणि माझ्याकडे सहज म्हणून तो कधीच येणार नाही.'

'ग्रीक दुभाष्याच्या वेळी होम्स, तुझ्या या भावाची आणि आपली गाठ पडली होती. खरंतर तुला मायक्रॉफ्ट नामक एक सख्खा थोरला भाऊ आहे, हे तू मला सांगितलंच नव्हतं !'

'काय सांगणार ? तशी कधी वेळच आली नाही. आजही तो येतोय. कॅडोगन वेस्टच्या संदर्भात....!'

होम्स, काही वेळ गप्प राहिला. मग एके क्षणी त्यानं आपला पाईप काढला आणि पेटवला. मला म्हणाला, 'वॉटसन, सरकार दरबारी मायक्रॉफ्टचं मोठं वजन आहे. कमालीची तीव्रतम बुद्धीमत्ता व स्मरणशक्ती. गणितावर तर त्याचं विलक्षण प्रभुत्त्व आहे. माझं आणि व्यवहाराचं गणित, छत्तीसचा आकडा ! सर्वात महत्त्वाचं म्हणजे सरकारी खात्यातील प्रत्येक महत्त्वाची घटना, ही कार्यवाहीपूर्वी मायक्रॉफ्ट नजरेखालून घालतो आणि आपल्या काही प्रतिक्रिया नोंदवतो. विशेषत: राष्ट्रीय व आंतरराष्ट्रीय पातळीवरील धोरणे, आराखडे वा काही योजना यांचा मायक्रॉफ्टशी अगदीच जवळून संबंध येतो.'

'होम्स, कॅडोगन वेस्ट हा कोण आहे ?'

'तू रोजचा वर्तमानपत्र वाचत नाहीस का ? परवा वर्तमानपत्रात एक बातमी आली होती.'

'कसली ?'

'रेल्वे रुळावर कॅडोगन वेस्ट हा मृतावस्थेत आढळल्याची ती बातमी होती.'

अचानक होम्स आपल्या खूर्चीतून उठला आणि मला म्हणाला, 'वॉटसन, गेल्या तीन दिवसातले सगळे पेपर्स काढ पाहू. लवकर ! मायक्रॉफ्ट यायच्या आत आपल्याला कॅडोगन वेस्टच्या मृत्यूसंबंधी

सगळी माहिती कळायला हवी. प्लीज बी क्वीक !'

मी लगेचच सगळी वर्तमानपत्रे गोळा केली आणि कॅडोगन वेस्टच्या मृत्यूविषयक बातमीवर लाल वर्तुळ काढत गेलो.

होम्स मला म्हणाला, 'हे प्रकरण विलक्षण गंभीर आणि खोल असणार वॉटसन. मुख्य म्हणजे सरकारी कामकाजाच्या संदर्भात कॅडोगन वेस्टच्या मृत्यूचा संबंध असणार ! कदाचित कॅडोगन हा सरकारी कर्मचारी असावा ! वाच, तू बातमी वाच.'

आपल्या प्रेयसीबरोबर फिरायला गेलेला तरुण, अचानक एके क्षणी तिचा हात सोडतो आणि तिला एकटीला सोडून गायब होतो. दुसऱ्या दिवशी त्याचं प्रेत रेल्वे रुळावर आढळतं ! प्रेयसीचं नाव व्हायोलेट असून मृत व्यक्तीचे नाव आर्थर कॅडोगन वेस्ट असं आहे. वय : २७. कॅडोगन हा अविवाहित असून तो वूलविच आर्सेनलमध्ये सरकारी कर्मचारी आहे. सदर प्रेत मेसन नावाच्या रेल्वे कर्मचार्याने प्रथम पाहिल्याची नोंद दफ्तरी केली आहे. गाडीखाली डोके आल्यामुळे मृताची ओळख पटणे अवघड होते. पण सोबतच्या कागदपत्रांवरुन मृताची ओळख पोलिसांना पटली आहे.

'कधी झाली ही घटना ?'

'सोमवारी संध्याकाळी साडेसहा सात वाजता. त्यावेळी वातावरणात विलक्षण धुकं होतं. मृत व्यक्तीकडे मंगळवारी सकाळी लक्ष गेलं ! त्यावेळीही वातावरणात विलक्षण धुकं होतं.'

'वॉटसन, त्यात तिकिटाचे काही तपशील आहेत ?'

'रेल्वेचं तिकिट काही त्याच्या खिशात मिळालं नाही.'

होम्स थोडा विचारात पडला, तेव्हा मीच त्याला म्हणालो, 'होम्स कदाचित तो गाडीतून पडला असावा !'

'किंवा कोणीतरी ढकललं असावं !'

'होम्स, त्याच्या खिशात दोन पौंड होते आणि बँकेचं एक चेकबुकही. काही सुटी नाणी मिळाली. इतकंच नव्हे तर वूलविच थिएटरचं तिकिट आणि काही तांत्रिक तपशील असलेली कागदपत्रे त्याकडे मिळाली. याचाच अर्थ होम्स त्याला लुबाडण्यासाठी हा खून झालेला नाहीये.'

तेवढ्यात जिन्यावर पावलं वाजली आणि होम्सनी मोठ्या अदबीनं दरवाजा उघडला. मायक्रॉफ्टबरोबर, इन्स्पेक्टर लेसट्रेडही आला होता. दोघांचे चेहरे विलक्षण गंभीर होते आणि होम्स मात्र चेष्टेच्या मुडात होता. आता होम्स काही तरी बोलणार, एवढ्यात मीच त्याला काही बोलू नको, अशी खूण केली. तसा तो गप्प झाला.

'लेसट्रेडसाहेब आले आहेत, त्या अर्थी प्रकरण विलक्षण गंभीर असणार हे नक्की !'

'गंभीर तर आहेच पण डोक्याला ताप देणारंही आहे. आपल्याला त्वरित पावलं उचलायला लागतील.'

'म्हणजे मी समजलो नाही !'

'होम्स, कॅडोगनच्या खिशात जे कागद मिळाले ते सरकारी दफ्तरी अत्यंत गोपनीय असे कागद होते. ब्रूस-पार्टींगन या पाणबुडीच्या आराखड्याचे ते कागद आहेत. त्यातही त्यातले काही कागद गायब आहेत. या घटनेमुळे पंतप्रधानापासून सगळी यंत्रणा हादरलेली आहे.'

होम्स नेहमीप्रमाणे पाईपचे झुरके घेत राहिला. तो मायक्रॉफ्टचे बोलणे शांतपणे आणि मन लावून ऐकत होता.

एके क्षणी मायक्रॉफ्ट होम्सला म्हणाला, 'तू ऐकतो आहेस ना ? होम्स सगळी सरकारी यंत्रणा, नौदल या घटनेनं हादरलेलं आहे. तू जर या शोधात यशस्वी झालास तर सरकारतर्फे, इलिझाबेथ राणीतर्फे तुला मोठं बक्षीस देण्यात येईल !'

'मायक्रॉफ्ट, तू काय बोलतो आहेस तुला कळते आहे का? मी कुठल्याही प्रतिष्ठेसाठी, पैशासाठी वा अन्य कशासाठी काम करीत नाही. हां आता हा आपल्या राष्ट्रीय अस्मितेचा प्रश्न आहे मान्य ! पण मी प्रत्येक केसच विलक्षण गंभीरपणे आणि स्थिर अंत:करणानं घेतो. तू मुळीच काळजी करू नकोस !'

'होम्स, तू गैरसमज करू नकोस ! अरे अमेरिकेनं पाणबुड्या विकसित केल्यामुळे ब्रिटीश आरमाराला आता अधिकाधिक सज्ज राहणं आवश्यक आहे. केवळ आपल्यालाच नव्हे तर रशिया, जर्मन व जपान हेही पाणबुड्या बनविण्यास विलक्षण उत्सुक आहेत. मुख्य म्हणजे प्रत्येकाचे तसे प्रयत्न सुरू आहेत. नाविक युद्धभूमीवर पाणबुडीला नजिकच्या काळात कमालीचे महत्त्व प्राप्त होणार आहे. त्यामुळे त्याचे तंत्रज्ञान जाणून घेण्यासाठी व निर्मितीसाठी प्रत्येक जण उत्सुक असणारच!

होम्स, तुझ्या माहितीसाठी सांगतो, आपण अशी पाणबुडी विकसित करीत आहोत की जेणे करुन आपल्याला अटलांटिक महासागर पार करता येऊ शकेल. इतकेच नव्हे तर इतर नाविक जहाजांच्या बरोबरीने पाण्याच्या पृष्ठभागावरही आपल्याला फिरता आले पाहिजे. जर्मनी या बाबत अधिक पुढे आहे. आता आपल्या देशाची सगळी प्रतिष्ठा या आराखड्यावर अवलंबून आहे. जर्मन

लोकही *यू-बोट* विकसित करीत आहेत. खरं तर त्याही पुढच्या पाणबुडीच्या शोधाचा हा आराखडा आहे. तरी बरं वृत्तपत्रवाल्यांना या गोपनीय आराखड्याच्या चोरीचा अजून पत्ता लागलेला नाहीये, नाहीतर त्या माध्यमांनी, आमच्या प्रतिष्ठेचा अगदी चुथडा केला असता!'

'मायक्रॉफ्ट, मला एक सांग कॅडोगन वेस्टच्या खिशात सापडलेली कागदपत्रे मूळ कुठे ठेवलेली होती ?'

'आता तुला सांगायला काहीच हरकत नाही, पण हे सगळे आराखडे आणि तांत्रिक माहिती वूलविचच्या दारुगोळा परिसरातील एका इमारतीत ठेवलेले असतात. त्या इमारतीची व सुरक्षेची रचना अतिशय काटेकोरपणे केलेली आहे. कुणालाही म्हणजे कोणत्याही व्यक्तीला मग ती व्यक्ती कितीही उच्चपद असो, त्याला माहिती हवी असेल तर त्याला त्या इमारतीत जाऊनच ते कागद पहावे लागतात. नौदलातील प्रमुख इंजिनियरची ही स्थिती तर इतरांची काय असेल तू कल्पना कर! असं सर्व असूनही एका साध्या कर्मचाऱ्याच्या खिशात ते कागद, भर लंडनच्या शहरात सापडावेत, हे महाभयंकर आहे होम्स. म्हणूनच मी म्हणतो, तुझी आजवरची सगळी मेहनत, बुद्धिमत्ता कामाला लाव !'

'पण कॅडोगन वेस्टच्या खिशात कागद मिळाले आहेत ना?'

'ते फारच थोडे आहेत आणि ते तपशीलात्मक आहेत. मूळ डिझाइनचे व तांत्रिक तपशीलाचे कागद हरवले आहेत. मुख्य म्हणजे ते कागद देशाच्या बाहेर जाण्याआधी आपल्याला त्वरेने हालचाल करायला हवी ! तसा मला आणि लेसट्रेडला वरुन आदेश आला आहे. यावरुन तुला सगळ्या प्रकरणाच्या गांभीर्याचा अंदाज येईल! त्यामुळे होम्स, तुझा शोध ही एक प्रकारे राष्ट्रसेवाच ठरणार आहे.'

'या संदर्भात तू काय हालचाल केलीस मायक्रॉफ्ट?'

'होम्स, या कागदपत्रांच्या संबंधात ज्या ज्या व्यक्ती आहेत त्यांचे सगळे पत्ते या पाकिटात आहेत. मुख्य म्हणजे मला अत्यावश्यक वाटणारे काही मुद्देही मी लिहून ठेवले आहेत. या सर्वांची तपासकामात तुला मदत होऊ शकेल. आता मी काय सांगतो ते नीट ऐक !

जेम्स वॉल्टर हे या गोपनीय आराखड्याच्या संदर्भात पहिले जबाबदार धरले जातात. कारण सरकारने त्यांची त्यासाठी नियुक्ती केली आहे. गेली चोवीस वर्षे त्यांनी मोठ्या इमानेइतबारे देशाची सेवा केली आहे आणि राष्ट्राने त्यांच्या कार्याचा वेळोवेळी, यथोचित गौरव केला आहे. त्यांनी या सगळ्या प्रकरणाचा विलक्षण धसका घेतला आहे आणि ते विलक्षण आजारी आहेत.'

'वॉटसन, तू एकतो आहेस ना ?'

'एकेतोय मी होम्स !'

'नेहमीप्रमाणे प्रत्येक गोष्टीची टिपणं काढून ठेव. तरच या गहाळ कागदांभोवतीचे धुकं आपल्याला दूर करता येईल. अन्यथा आपणच त्या धुक्यात हरवून जाऊ !'

एवढं बोलून होम्स, मायक्रॉफ्टला म्हणाला, 'या तिजोरीची दुसरी चावी कुणाकडे असते?'

'जेम्स वॉल्टर यांच्या हाताखालचे सहकारी, सिडने जॉन्सन यांच्याकडे. हा तसा ड्राफ्टमन आहे. कमालीचे सभ्य व शांत व्यक्तिमत्त्व आहे त्यांचे. आजवरचा त्यांच्या कामाचा व वर्तनाचा रिपोर्ट चांगला आहे. त्यांना तीन मुलं आहेत.'

'आणि कॅडोगन वेस्टबद्दल ?'

'यानंही आठ वर्षे आजवर नोकरी केली आहे. थोडासा

तापट जरी तो असला तरी तो अतिशय सज्जन व सरळमार्गी असल्याचे त्याचे सहकारी म्हणतात.'

'सोमवारी संध्याकाळी घरी जाताना सिडने जॉन्सनने तिजोरीला कुलूप लावलं आणि तुम्हाला मंगळवारी सकाळी तेच कागद रेल्वेरुळावर पडलेल्या कॅडोगन वेस्टच्या खिशात सापडले. यातही अत्याधुनिक पाणबुडीचा तो गोपनीय आराखडा असल्याने त्याच्या मोबदल्यात, चोराला हजारो पौंड मिळणे शक्य आहे.'

'करेक्ट!'

'मायक्रॉफ्ट, कॅडोगनच्या खिशात तर फक्त दोन पौंड मिळाले आहेत आणि बँकेचं एक चेक बुक.'

तेव्हा लेसट्रेड म्हणाला, 'मला वाटतं होम्स, कॅडोगन हा त्या एजंटला भेटायला जात असताना, ट्रेनमध्ये दोघांचं काही तरी बिनसलं असावं ! मग धावत्या ट्रेनमधून त्या एजंटनी कागद घेऊन कॅडोगनला ढकलून दिलं असावं !'

'पण लेसट्रेड, कॅडोगनच्या खिशात रेल्वेचं तिकिट काही मिळालं नाहीये ?'

तेव्हा अचानक मायक्रॉफ्ट आपल्या खूर्चीतून उठला आणि म्हणाला, 'होम्स मला आता ऑफिसात जायला हवं ! तू आता पुढची कारवाई कर ! हवं असेल तर लेसट्रेड तुझ्या मदतीला आहेच ! थँक्स होम्स अॅन्ड गुडबाय !'

'मायक्रॉफ्ट, तू ऑफिसात गेल्यावर मला इथल्या सगळ्या गुप्तहेरांचा तपशील, अगदी पत्त्यासकट पाठवून दे. एक लक्षात घे, मी जरी नसलो तरी मिसेस हडसन यांच्याकडे ते पाकिट देऊन ठेव.'

'ओ.के.', असं म्हणून मायक्रॉफ्ट निघून गेला.

त्यांच्यापाठोपाठ मी आणि होम्सही बाहेर पडलो. लेसट्रेडही आमच्या बरोबरच होता. होम्स मात्र बऱ्याच वेळ काहीच बोलला नाही. यावेळी त्यानं पाईपही ओढला नाही. तो गप्पच होता. तो आपल्या हाततल्या काठीशी बराच वेळ खेळत होता.

'तुझा विचार काय आहे ?'

'लेसट्रेड, आपण प्रथम ऑल्डगेट स्टेशनकडे जाऊ या.'

साधारणपणे तासाभरातच आम्ही तिघे ऑल्डगेट स्टेशनकडे गेलो. रेल्वेच्या एका अधिकाऱ्याने आमचे मनापासून स्वागत केले.

होम्स त्यांना म्हणाला, 'मला कॅडोगनचं प्रेत जिथं मिळालं तिथं घेऊन चला ?'

त्या अधिकाऱ्याने आम्हाला संपूर्ण सहकार्य दिलं. आम्ही रेल्वे रुळावरुन चालत चाललो होतो. साधारणपणे जवळ जवळ हजार एक यार्ड आम्ही चालत गेलेले असू !

लेसट्रेड म्हणाला, 'इथं त्या तरुणाचं प्रेत पडलं होतं.'

होम्सनी ते अंतर मोजलं. रुळापासून तीन फूट अंतरावर कॅडोगनचं प्रेत पडलं होतं. होम्सनी नेहमीच्या पद्धतीनं जवळ जवळ अर्धा तास पाहणी केली.

तो अधिकारी म्हणाला, 'या माणसाकडे रेल्वेचं तिकिट नव्हतं. मुख्य म्हणजे सोमवारी रात्री सव्वा अकराच्या सुमाराला एका प्रवाशाने काहीतरी धपकन पडल्याचा आवाज ऐकला. त्यानंतर गाडी ऑल्डगेट स्टेशनवर थांबली. मंगळवारी सकाळी आमच्या एका कर्मचाऱ्याला हे प्रेत दिसलं.'

'इथं बरेच सांधे एकत्र आल्यासारखे वाटत आहेत.'

'येणारच, कारण हजार यार्डावरच स्टेशन आहे ना !'

'इथं रक्ताचे डाग कुठंच दिसत नाहीत लेसट्रेड ?'

'त्याच्या हाडांचा व डोक्याच्या एका भागाचा चक्काचूर झालेला होता आणि त्याचा एक हाताची बोटंही चेपली गेलेली होती.'

'पण त्याला तर मोठी जखम झाली होती ना ? मग रक्ताचे थोडेतरी डाग इथं दिसायलाच हवेत !'

तेव्हा लेसट्रेड म्हणाला, 'येस, यू आर राईट होम्स ! माझ्याही हे लक्षात आलं नाही.'

अचानक होम्सनी तिथलं सगळं आवरतं घेतलं आणि आम्ही परत जायला निघालो. होम्सनी, त्या अधिकाऱ्याचे मनापासून आभार मानले.

एके क्षणी होम्स लेसट्रेडला म्हणाला, 'मी आणि वॉटसन आता वूलविचला जाऊन येतो. काही लागलंच तर तुला निरोप देतो. तू तुझ्या पद्धतीने शोध घे. बघु या !'

लेसट्रेड गेल्यावर मी होम्सला म्हंटलं, 'काय आहे डोक्यात?'

'तेच मी तुला विचारतो ?'

'मला काहीच अंदाज बांधता येत नाही.'

होम्स त्यावर छानपैकी हसला आणि म्हणाला, 'वॉटसन कॅडोगनचा मृत्यू झाला, तो चालत्या गाडीतून ढकलून दिल्यामुळे नाही. तर त्या पूर्वीच झालेला आहे.'

'म्हणजे ?'

'त्याचा खून बाहेरच कुठेतरी झाला आहे आणि प्रेत गाडीतून नाही तर गाडीवर टाकलं होतं. स्टेशनजवळ जिथे सांधेबदली होते,

तिथं ते गाडीच्या टपावरुन खाली पडलं.'

'काय ?'

'कारण रुळाच्या आसपास रक्ताचा एकही थेंब मिळालेला नाहीये. याचाच अर्थ....हे प्रकरण त्याही पलीकडचं, गुंतागुंतीचं आहे एवढं मात्र निश्चित !'

'होम्स, तू म्हणतो आहेत ते बरोबर आहे. कारण रेल्वेचे तिकिट त्यानं काढलेलंच नाही आणि म्हणूनच ते खिशात आढळलं नाही. हे गूढ आणखीनच गडद होत चाललंय होम्स !'

'आता पुढचं टार्गेट ?'

'सर जेम्स वॉल्टर !'

नंतर आम्ही जेम्स वॉल्टर यांच्या बंगल्यावर गेलो. बंगल्यापाशी होम्स काहीवेळ थांबला आणि त्यानं बंगल्याची नीट पाहणी केली. बाहेरचं फाटक ढकलून आम्ही आत गेलो. मुख्य म्हणजे बंगल्यात विलक्षण शांतता होती.

एका नोकरानं दरवाजा उघडला.

होम्सनी विचारलं, 'सर जेम्स वॉल्टर आहेत ?'

त्या नोकरानं मान खाली घातली. त्याचा चेहरा साफ पडला होता आणि डोळ्यात पाणीही होते.

'काय झालं ?'

'ते आजच सकाळीच हृदयविकारानं गेले.'

ते ऐकून आम्ही हादरलोच. होम्सनी माझ्याकडे मोठ्या सूचकतेनं पाहिलं. बराच वेळ कोणीच काही बोललं नाही.

शेवटी तो नोकर म्हणाला, 'त्यांचे बंधूराज आहेत, ते तुम्हाला भेटू शकतील ?'

आमचं हे बोलणं चालू असताना आतून एक गृहस्थ बाहेर आले. कर्नल व्हॅलेंटाईन त्याचं नाव. ते पाईप ओढत होते. त्यांनी आपली ओळख करुन दिली आणि आम्हाला येण्याचं कारण विचारलं!

'दुर्दैवी घटना आहे ही. सर जेम्स वॉल्टर भेटले असते तर काही गोष्टींचा खुलासा आम्हाला त्यांना विचारता आला असता !'

'या प्रकरणाने ते खूपच हबकले होते. फारच मनाला लावून घेतलं होतं त्यांनी. हा आपल्या आयुष्याला मोठा डाग पडला आहे, असं तो म्हणाला. खरं तर माझे ते थोरले बंधू पण ते खूपच भावनाशील होते. हे सगळं सहन न होऊन त्यांनी हाय खाल्ली.'

'फारच वाईट झालं !'

'त्यांचा कोणावर संशय होता ?'

'कॅडोगन वेस्टनीच हे केलं असावं, असं त्याला वाटत होतं. मला तर तो चार-पाच वेळेला म्हणाला, *त्याला पैसे हवे होते तर मला सांगायचं, मी त्याची आर्थिक अडचण सोडवली असती !* सगळंच अनाकलनीय आहे. आता होम्स, तुम्ही स्वत:च यात लक्ष घालता आहात, तेव्हा सगळ्याच गोष्टी उजेडात येतील ! तुमचं नाव मी बरंच ऐकून आहे.'

तेव्हा मी म्हणालो, 'नावाचं काय कर्नल, अशा देशद्रोह्याला पकडणं महत्त्वाचं आहे. खरं तर भर चौकात त्याला फासावर दिलं पाहिजे. असं नाही वाटत ? तुम्ही तर कर्नल आहात !'

'खरं आहे तुमचं !' असं म्हणत ते उठले. मग आम्हालाही उठणं भाग पडलं. खरं तर होम्सनीच कर्नलला बोलतं करण्यासाठी

मला खूण केली होती.

एके क्षणी कर्नल म्हणाले, 'खरं सांगू, भावाच्या मृत्यूने आम्ही सारेच हबकलो आहोत. त्यात इतक्या चारित्र्यसंपन्न माणसावर असा काही आळ यावा म्हणजे...आम्ही सारेच विलक्षण अस्वस्थ आहोत. होम्स, कृपया आम्हाला क्षमा करा !'

दुसऱ्याच क्षणी आम्ही तेथून बाहेर पडलो.

'आज जेम्स वॉल्टर असते, तर आपल्याला अधिक माहिती मिळू शकली असती !'

'त्यांनी आत्महत्या तर केली नसेल ना होम्स ?'

'शक्य आहे. पण सध्या तरी त्या भानगडीत न पडता आपण पहिली गायब झालेली कागदपत्रे शोधण्याच्या मागे लागू. अर्थात जेम्स वॉल्टर यांचा मृत्यू दुर्दैवी आहे, हे मात्र निश्चित !'

कॅडोगनच्या घरी गेलो तर तिथं त्याची आई अंथरुणावरच झोपली होती. तिच्या शेजारी एक तरुणी मान खाली घालून बसली होती. तिचा चेहरा रडून रडून सुजलेला दिसत होता.

होम्सनी अगदी हळूवारपणे तिच्याशी बोलायला सुरवात केली. खरं तर तिला दुखावून चालणार नव्हतं आणि मुख्य म्हणजे कॅडोगनला मृत्यूपूर्वी शेवटचं पाहणारी ती एकमेव साक्षीदार होती. तिच्याबरोबरच्या संवादातून खूप काही उलगडणं शक्य असल्यानं होम्स अगदी काळजीपूर्वक संवाद साधत होता.

'कॅडोगनच्या जाण्यानं तुम्हां सगळ्यांनाच विलक्षण वेदना झाल्या असतील, याची मला कल्पना आहे.'

'खरं आहे तुमचं ! त्याच्या जाण्यानं तिच्या आईनं तर अंथरुणच धरलं. किती आनंदात होतो आम्ही आणि अचानक...एका लाटेत सर्व उधळून गेलं ! किती स्वप्न पाहिली होती आम्ही...या जानेवारीत आम्ही लग्न करणार होतो. व्हायोलट माझं नाव !'

'तुम्हीच त्याला शेवटचं पाहिलं ना ?'

'आम्ही एकत्रच होतो. त्या दिवशी धुकं पडलं होतं. आम्ही अगदी हातात हात घालून फिरत होतो. त्या दिवशी कॅडोगननं नाटकाची तिकीटं काढली होती. पण...मधेच काय झालं कुणास ठाऊक ? त्यानं माझा हात सोडला आणि तो मला काहीही न सांगता निघून गेला. नंतर तो मलाच काय, पण कोणालच भेटला नाही. दिसलं ते त्याचं प्रेत !'

व्हायोलेटचे डोळे भरुन आले होते. स्वत:शी तिनं काही शब्द जुळवले आणि ती हळूवारपणे स्वत:शीच बोलल्याप्रमाणं बोलू लागली.

'खूप चांगला माणूस होता तो. देशावर त्याचं प्रेम होतं. माझं मन मला सांगतं आहे की तो निर्दोष आहे. असं होणार नाही, असं घडणार नाही...!

'पण वास्तव काहीतरी वेगळंच सांगते आहे.'

'मला माहित नाही. पण माझा त्याच्यावर गाढ विश्वास होता एवढं नक्की ! तो असं करणार नाही. होम्स, माझी निवड चुकणार नाही !'

'एक विचारू ?'

'विचारा की ?'

'या चार-पाच दिवसांत तो अस्वस्थ वाटला का ? कारण

त्याला तुम्ही खूपच जवळून ओळखता. तुम्ही जर काहीही न लपवता सांगितलं तर खूप बरं होईल. मी सुद्धा त्याला निर्दोष सिद्ध करायला सर्वतोपरी मदत करीन. पण मला सत्य काय आहे, ते तर कळायला हवं! बरोबर आहे ना ?'

'तसं मलाही जाणवलं, नाही असं नाही. मधेच हरवायचा. मी त्याला खूप विचारायचा प्रयत्न केला पण...'

'त्याच्या मनात काय घोळत होतं...एखादा उद्‌गार किंवा त्याचा एखादा विचार सांगता येईल ?'

'एके क्षणी म्हणाला, *आमच्या इथली सुरक्षितता खूपच कुचकामी आहे. एकच सुरक्षा रक्षक आहे आणि तोही निवृत्त झालेला. कधीही काहीही होऊ शकतं..* मी त्याला खोदून खोदून विचारलंही. तेव्हा मला म्हणाला, *काही वेळेला खूप भीती वाटते सगळ्याची. काहीतरी विचित्र घडतं आहे, मला नक्की सांगता येणार नाही पण...तसं काही झालं तर ?* मग होम्स तो थरथरायलाच लागला. मी त्याला थोपटलं आणि हेही त्याला सांगितलं की आपण जर सच्चे असू तर जगात कोणाला घाबरायची गरज नाही. मी तुझ्या सोबत आहे. होम्स आता या शब्दांचा खरा अर्थ मला कळतो आहे. माझं मन मला सांगतं आहे होम्स, या सर्वात माझ्या कॅडोगनचा नाहक बळी गेला आहे. कसलाही मोह नव्हता त्याला. आम्ही आहे त्यातच छान भागवत होतो. लग्नानंतर मी देखील टाईपिंगची काम करुन पैसे मिळवणार, असं त्याला सांगितलं. मोठ्या मुश्किलीनं तो तयार झाला होता त्याला. मला त्याला मदत करायची होती, पण....'

पुढचं तिला बोलवेचना ! ती हमसून हमसून रडायला लागली. होम्सनी तिला शांत व्हायला सांगितलं.

जाताना ती म्हणाली, 'त्याच्या आईचं आजारपण मी काढेन. माझं लग्न नाही झालं तरी चालेल पण तो निर्दोष आहे, हे शब्द मला ऐकायचे आहेत होम्स ! तुम्ही मला हे शब्द एकदा ऐकवालं.'

'तो जर खरोखरीच निर्दोष असेल तर....मी नक्कीच ऐकवीन तुला ! तसं आश्वासन देतो.'

'तुमच्या शोधाला मी सुयश चिंतते. कारण त्यात माझं भलं आहे म्हणून नव्हे तर हा देशाच्या इभ्रतीचा प्रश्न आहे. मुख्य म्हणजे जो देशद्रोही असेल त्याला शिक्षा व्हायलाच हवी. मग तो माझा होणारा नवरा देखील असला तरी ! पण तो तसा नाहीये होम्स...'

दुसऱ्याच क्षणी आम्ही तेथून बाहेर पडलो.

एके क्षणी सहजपणे होम्स म्हणून गेला, 'प्रेमात किती शक्ती असते नाही ! आंतरिक उत्साह आणि हेतूविरहित जिव्हाळा याचंच दुसरं नाव प्रेम आहे वॉटसन. असे प्रेम फक्त स्त्री-पुरुषातच असतं असं नाही, तर आपण स्वीकारलेल्या कामातही ते दिसू शकतं ! जिथं प्रेम नसतं, तिथं समस्या हजार पटीनं वाढतात. तिथं गोंधळ आणि संघर्ष हा असणारच !'

होम्सचे उद्‌गार मी आ ऽ वासून ऐकतच राहिलो. खरं तर होम्सचं हे रूप मी प्रथमच पहात होतो.

वूलविच आर्सेनलचा सगळा परिसर होम्सनी आणि मी पिंजून पिंजून पाहिला. तिथली सुरक्षा व्यवस्था अगदीच ढिसाळ होती आणि मुख्य म्हणजे सुरक्षा अधिकारी निवृत्त झालेला कर्मचारी होता. त्याला तात्पुरता सोईसाठी नेमला होता.

होम्स, सिडने जॉन्सनला भेटला. हा सिडने जॉन्सन, सर जेम्स वॉल्टरचा असिस्टंट ! होम्सनी त्याला आपली ओळख करून दिली. मग आम्ही जिथं ती कागदपत्रे ठेवली होती, त्या खोलीत गेलो.

'आमचे सर गेल्याचं तुम्हाला कळलं असेलच ? यातच कॅडोगनचा मृत्यू असा अनपेक्षित आणि अनाकलनीय स्वरुपात झाला. खरं सांगू या सगळ्या प्रकारानं मी पार गोंधळून गेलो आहे. आयुष्यात इतकं दडपण कधीच आलं नव्हतं !'

'कॅडोगनच्या बाबतीत तुमचं काय मत आहे.'

'मी त्याला गेले सात-आठ वर्षे पाहतो आहे. मला तरी तो माणूस सच्चा वाटतो. आमचे सर जेम्स वॉल्टरही विलक्षण संवेदनशील होते. एकदम भला माणूस. या प्रकरणानं सगळ्यांनाच पार मूळापासून हादरवून टाकलं आहे.'

'सोमवारी शेवटी तुम्हीच ती कागदपत्रे तिजोरीत ठेवलीत ना? त्यानंतर तुम्ही ऑफिस बंद करुन घरी गेलात.'

'हो, मी माझ्याच हातानी ती कागदपत्रे तिजोरीत ठेवली होती. आमच्या इथली सुरक्षा व्यवस्था अगदीच ढिसाळ आहे. खरं तर मीच माझ्या विभागाला नावं ठेवणं बरोबर नाही, पण इतकी महत्त्वाची कागदपत्रे असतील तर सुरक्षाही तशीच हवी ना ? माझ्याकडे फक्त तिजोरीच्या किल्या असतात. बाकीच्या सगळ्या, तिन्ही किल्या या सर जेम्सकडेच असतात. किल्यांचा संच त्यांच्याकडेच असतो. ते कायम आपल्याजवळ ठेवतात.'

हे सर्व ऐकताना होम्स नजर मात्र सर्वत्र भिरभिरत होती. त्यानं संपूर्ण रूमची पाहणी केली, तेव्हा तिथली खिडकी एका बाजूने तुटलेली आढळली. खिडकीच्या बाहेर काही रानटी झुडपं वाढली

होती. मुख्य म्हणजे त्यांच्या फाद्याही मोडलेल्या होत्या. होम्सनी त्या जागेची कसून पाहणी केली. होम्सच्या चेहऱ्यावर किंचितसं हास्य रेंगाळताना मी पाहिलं. एके क्षणी तो सिडनेकडे पाहून म्हणाला, 'मूळची कागदपत्रे का पळवली गेली असतील ? त्याची नक्कल करुन नेली असती, तर कोणाच्याच ते लक्षात आलं नसतं ? हो ना ?'

'होम्स, पाणबुडीचा संपूर्ण आराखडा, त्यातल्या आकृत्या व तांत्रिक तपशील खूपच किचकट आहे. कारण ते कागद बनवायलाच आम्हाला एक महिना लागला. शिवाय प्रत्यक्ष त्यावर काम करताना त्यात सारखे बदल होत होते.'

'मला एक सांगा, कॅडोगनच्या खिशात सातच कागद मिळाले आणि उरलेले तीन ?'

'तोच तर महत्त्वाचा आराखडा आहे. त्या तीन कागदांशिवाय आपण ती पाणबोट बनवूच शकणार नाही !'

जाताना होम्स हळूच त्याला म्हणाला 'ह्या खिडक्या नीट बंद होत नाहीत, तुम्ही स्वत: जातीनं लक्ष घालून त्या दुरुस्त करुन घ्या. नाहीतर पुढच्या वेळेला तुमच्या खिशात ती कागदं सापडतील आणि तुमचं प्रेत एखाद्या रेल्वे रुळावर सापडेल !'

'छे छे, काही तरीच काय होम्स ! तुम्ही मला यात गोवू नका ! मी ड्राफ्टमन आहे. दुर्दैवानं मी आता हे सगळं ऐकायला एकटाच उरलो आहे. सर जेम्स वॉल्टर तर गेले आणि कॅडोगन हा ही असाच मारला गेला. प्लीज, माझ्यावर दया करा, पण माझ्या विषयी तुम्ही, आपल्या मनात काही किंतू आणू नका !'

'अहो सिडने साहेब, मी गंमत केली तुमची. तुम्ही अगदी रिलॅक्स व्हा !'

तेथून बाहेर पडल्यावर आम्ही वूलविच स्टेशनवर आलो. तिकिटगृहातल्या एका कर्मचाऱ्यांनी आम्हाला एक वेगळीच माहिती दिली. तो कॅडोगनला चांगला ओळखतो. सोमवारी रात्री सव्वा आठच्या ट्रेनचं त्यानं तिकिट काढल्याचे तो ठामपणे सांगतो. इतकंच नव्हे तर त्या दिवशी कॅडोगन एकटाच होता आणि विलक्षण ताणतणावाखाली असावा, असे आपल्याला वाटते, हेही त्यानं सांगितलं. हे ऐकल्यानंतर होम्स मात्र विचारात पडला.

एके क्षणी होम्स माझ्याकडे पहात म्हणाला, 'वॉटसन आता सगळ्या गोष्टी कशा चटचट उलगडत चालल्या आहेत.'

'ते कसं काय ?'

'वॉटसन सोमवारी संध्याकाळी आपल्या प्रेयसीबरोबर हात हातात घालून चालणारा कॅडोगन अचानक तिचा हात सोडतो आणि रात्रीच्या सव्वा आठच्या ट्रेनमध्ये शिरतो. त्यावेळी तो एकटाच होता असे त्या कर्मचाऱ्याचे म्हणणे आहे. याचाच अर्थ कॅडोगनने अशा एका व्यक्तीला पाहिलेलं असणार की जो या सगळ्या प्रकरणाशी मुळाशी आहे.'

'तुला काय म्हणायचं आहे होम्स ?'

'कॅडोगन त्या व्यक्तीच्या मागावर गेलेला असणार ! थेट अगदी आपल्या ऑफिसपर्यंत. मघाशी तू जी खिडकी पाहिलीस की जिथे रानटी गवत उगवलेलं होतं. तिथपर्यंत मला ती पावलं जाताना दिसत आहेत. त्यानं त्या खिडकीतून त्या चोराला पाहिलेलं असणार?'

'होम्स, याचाच अर्थ चोर सरळ सरळ राजमार्गाने कुलूप काढून आत आला आणि त्यानं ती तिन्ही कुलपं उघडली आणि तिजोरीतील ती कागदं पळवली. हे सगळं, त्याच्या मागावर असणाऱ्या

कॅडोगनने पाहिलं, असं तुला म्हणायचं आहे ?'

'करेक्ट !'

'मग प्रश्न असा उद्‌भवतो की कॅडोगननं नंतर आरडाओरडा का केला नाही ?'

'कारण तो चोर कुणीतरी वरिष्ठ अधिकारी वा अधिकाऱ्याच्या नात्यातला असला पाहिजे.'

'मग कॅडोगनचं ते प्रेत ?'

'तेही शोधून काढू वॉटसन ! सध्यातरी एक अंतवर्तुळ पूर्ण झालं आहे. म्हणजेच आपली एक फेरी पूर्ण झाली आहे.'

'ती कशी ?'

'सकाळपासून आपण कसं कसे गेलो आणि कोणा कोणाला भेटलो ते आठवून तर पहा ?'

मी होम्स म्हणतो त्याप्रमाणे दिवसभरातली सगळी भ्रमंती आठवू लागलो. प्रथम कॅडोगनचं रुळावरील प्रेताची आपण पहाणी केली. पहिल्या अंदाजात त्याला कोणीतरी धावत्या ट्रेनमधून ढकलून दिल्याचा अंदाज वृत्तपत्रवाल्यांनी व्यक्त केला होता. पण रुळापाशी रक्ताच डाग नसणं, हजार यार्डावर असणारे ते सांधेबदलीचे रुळ आणि ते रुळ बदलताना ट्रेनच्या टपावरुन ते प्रेत खाली पडल्याचा, होम्सनी अंदाज वर्तवला. याचाच अर्थ कॅडोगनवर हल्ला कुठंतरी बाहेरच झालेला आहे, असा अन्वयार्थ होम्सनी काढला.

सर जेम्स वॉल्टर यांचा अकस्मात झालेला मृत्यू आणि त्याच वेळी सर जेम्स वॉल्टर यांच्या बंधूंची, म्हणजेच कर्नल व्हॅलेंटाईन यांची भेट झाली. पुढे कॅडोगनच्या घरी जाणं झालं. तिथं त्याच्या प्रेयसीशी होम्सनी संवाद साधला ! शेवटी सिडने जॉन्सनच्या सोबतीनं

प्रत्यक्ष तिजोरी पाहता आली. मुख्य म्हणजे ती काहीशी तुटकी खिडकी आणि तिथं माजलेली गवताची झुडपं पाहिली. त्यातली काही झाडं ही मोडलेली होती. अखेरीस रेल्वे तिकिट कर्मचाऱ्यांने ठामपणे कॅडोगनने तिकिट काढल्याचे आणि सव्वा आठच्या ट्रेनने प्रवास केल्याचे सांगणे, कॅडोगनची ताण-तणावग्रस्तता...अशा एक ना अनेक गोष्टी माझ्या डोळ्यासमोरुन तरळून गेल्या.

मी होम्सकडे वळून पाहिलं आणि म्हटलं, 'सकाळपासूनच्या सगळ्या घटना मी त्याच क्रमाने उलगडत नेल्या, पण मला अजूनही काही सगळे घटक जुळवता येत नाहीत.'

'येणारच नाहीत. कारण ते केवळ अंतवर्तुळ आहे. अजून बाह्य वर्तुळ उलगडलं आहे कुठे ? पण मला मात्र आता धुकं बाजूला सारुन पाहता येतं आहे.'

मग आम्ही बेकर स्ट्रीटवर गेलो.

बेकर स्ट्रीटवर पोचताच मायक्रॉफ्टने दिलेले पत्र होम्सनी पाहिलं आणि नकळत त्याचा चेहरा चमकून गेला.

'काय झालं होम्स ?'

'यात सहा हेरांचे पत्ते आहेत. ॲडोल्फ मेयर, ह्यूगो ओबरस्टाईन अशा सहा लोकांचे पत्ते आहेत. वॉटसन, तू इंग्लड शहराचा नकाशा घे पाहू ?'

मग होम्सने ते पत्ते आणि इंग्लंड शहराचा तो नकाशा बराच वेळ डोळ्याखालून घातला. एके क्षणी त्यानं आरोळी ठोकली, 'वॉटसन, आता प्रत्यक्ष हातात शस्त्र घेण्याची वेळ आली आहे. तू आपलं

पिस्तूल काढ आणि मी सांगतो तेवढं सामान घे ?'

'कुठे धाड टाकायची आहे ? विदाऊट वॉरंट ?'

'येस डॉक्टर ! कंदील-कटावासकट सगळी हत्यारं घे.'

'मला नीट सांगशील का ?'

'कदाचित सावज हाताला लागणं अवघड आहे. प्रख्यात हेर ह्यूगो ओबरस्टाईन याच्या बंगल्यावर धाट टाकायची आहे. चल आटप लवकर ! तुझी तयारी आहे ना ? खेळ खतरनाक आहे.'

'होम्स, तुझ्या शब्दाबाहेर मी नाही. तू म्हटशील तसं !'

रेल्वेलाईन जवळचा ह्यूगोचा बंगला. बंगल्यात अंधारच होता. होम्स मला म्हणाला, 'मागच्या बाजूने कपाऊंड वरुन उडी मारुन आपण आत घुसू या. तू कटाव आणलं आहेस ना ?'

आम्ही मागच्या बाजूनं गेलो. मागचं दार बंदच होतं. होम्सनी कटावानी ती कडी तोडली आणि आम्ही आत घुसलो. दुसऱ्या मजल्यावर गेलो. आम्ही वर जायला आणि त्याचवेळी एक रेल्वेचे इंजिन धडधडत तेथून जायला एकच गाठ पडली.

होम्स खिडकीपाशी गेला.

'हे बघ वॉटसन. इथं रक्ताचे डाग पडलेले आहेत. याचाच अर्थ कॅडोगनचा खून इथंच झालेला आहे. हा बघ इथून वीस पावलांवर भूयारी मार्गाचा झरोका दिसतोय. तू जर नीट भूयारी रेल्वे मार्ग पाहिला असशील तर तुला प्रत्येक ठिकाणी, एका विशिष्ट अंतरावर काही झरोके दिसतील. इथं अनेकदा सिग्नल न मिळाल्यामुळे गाड्या थांबतात. इथून गाडीच्या टपावर प्रेत टाकणं सोपं आहे.'

मी होम्सच्या तर्कबुद्धीला मनोमन दाद दिली आणि त्याचं अभिनंदनही केलं.

होम्स मला म्हणाला, 'अजूनही काम पूर्ण झालेलं नाहीये. आपल्याला ह्या ह्यूगोच्या खोलीची झडती घ्यायला हवी ! कुठल्याही परिस्थितीत आपल्याला ह्यूगोला आणि त्याच्या इथल्या एजंटला ताब्यात घ्यावं लागेल.'

होम्सनी ह्यूगोकडे असलेल्या सगळ्या फायली चाळल्या पण त्याला कुठंच काही मिळालं नाही. अखेरीस एका कप्प्यात एक पाकीट मिळालं त्यातून होम्सनी कागदाचे काही तुकडे बाहेर काढले.

'काय आहे ते ?'

'ह्यात वर्तमानपत्रातील जाहिरातीची कात्रणं आहेत वॉटसन!'

'नीट काळजीपूर्वक बघ !'

'वॉटसन हे जाहिरातीच्या रुपाने दिलेले संदेश आहेत.

- *तपशील सगळा कळवा. माहिति मिळाल्यावरच रक्कम मिळेल* : पायरो.
- *त्वरित हालचाल करा. अन्यथा करार रद्द समजावा! सोमवारी नऊ वाजता* : पायरो.'

होम्सनी क्षणभर माझ्याकडे पाहिलं आणि म्हणाला, 'चल लवकर ! डेली टेलिग्राफच्या ऑफिसात जाऊ या !'

'मायक्रॉफ्ट, आजच्या पेपरातली तू पायरोची जाहिरात

वाचलीस का ? माझा प्लॅन यशस्वी झाला तर तो एजंट आपल्या ताब्यात असेल !

'आणखी जाहिरात ?'

होम्सनी ती जाहिरात वाचून दाखवली.

– *आज रात्री. तीच वेळ आणि तेच ठिकाण. महत्त्वाचे पण पाऊल जपून टाका !* : पायरो

ते एकून इन्स्पेक्टर लेसट्रेड म्हणाला, 'होम्स, तुम्ही ही जाहिरात दिली ? या प्रमाणे तो एजंट इथे येईल, असं वाटलं तुम्हांला ?'

'निश्चितच ! तोच तर प्लॅन आहे आपला ? त्यासाठी तर त्याला इथं ह्यूगोच्या बंगल्यावर बोलावलं आहे. तू सज्ज आहेस ना ?'

'डोन्ट वरी होम्स !'

तेवढ्यात पावलं वाजली आणि दार ढकलून एक व्यक्ती आत आली. ती व्यक्ती आत आल्यावर होम्सनी आतून दरवाजा लावून घेतला आणि मी पिस्तूल घेऊन तयारच होतो.

मायक्रॉफ्टने कंदीलाची वात मोठी केली. त्याबरोबर त्या व्यक्तीची नजर होम्सवर पडली आणि तो सहजपणे म्हणाला, 'होम्स तुम्ही आणि इथं ?'

'होय, कर्नल व्हॅलेंटाईन ! तुमचा खेळ संपला आहे. मी तुमच्या घरी आलो, तेव्हा तुमच्याच निर्धास्त चेहऱ्यावरुन आणि माझं नाव ऐकताच दचकलेल्या चेहऱ्यावरुनच मी ओळखलं होतं की या

सगळ्याचा सूत्रधार हा सर जेम्स वॉल्टर यांचे बंधू कर्नल व्हेलेंटाईन असणार ! पण तुम्ही आपल्या भावाला मात्र नाहक मारलंत !'

'मी नाही मारलं ! तो हृदयविकाराच्या झटक्यानं गेला.'

'तोच नाही तर कॅडोगनचा खूनही तुम्हीच केला आहे.'

'नाही होम्स ?'

'मग काय काय केलं त्याचा तपशील इन्स्पेक्टर साहेबांना द्या. अगदी तपशीलवार !'

कर्नलनी आपल्या रुमालानं कपाळावरचा घाम पुसला आणि त्यानं काही शब्द मनाशी जुळवले. म्हणाला, 'मी कॅडोगनचा खून नाही केला. तो ह्यूगोनं केला. करावाच लागला, कारण त्यानं मला कागद पळवताना तिथल्या खिडकीतून पाहिलं होतं. तो आमच्या मागावरच होता. तो इथं पर्यंत आला. मग ह्यूगोनी त्याच्या डोक्यात लोखंडी हातोडा मारला. आम्ही दोघांनी त्याचं प्रेत दुसऱ्या मजल्यावर नेलं. या प्रेताचं काय करायचं, असं मी त्याला विचारल्यावर त्यानं आगगाडीच्या टपावर ते प्रेत टाकायची कल्पना काढली. भूयारी झरोका खिडकीपासून काहीच अंतरावर होता. सुदैवानं त्याच वेळी ट्रेन थांबली होती. आम्ही दोघांनी मिळून ते प्रेत गाडीच्या टपावर टाकलं'

'तुमच्या बंधूना हे सगळं माहित होतं ?'

'त्याला संशय आला होता, पण मी हे करेन अशी खात्री नव्हती. पण मी शेअर्समध्ये हरल्यानंतर काहीही करू शकतो याची त्याला विलक्षण धास्ती होती. तेच माझ्या हातून झालं. एका पार्टीत ह्यूगोनं माझी ओळख काढली. मी पैशाच्या अडचणीत होतोच, त्याचा त्यानं फायदा घेतला.'

'तुम्ही तो पाणबुडीचा आराखडा कसा पळवला ?'

'त्या तिन्ही चाव्यांची डुप्लिकेट चावी मी केली होती. फक्त संधीची वाट पहात होतो. सुदैवानं सोमवारी धुकं पडलं होतं. त्याचाच फायदा मी घेतला.'

'ह्यूगोशी तुम्ही जाहिरातीतून संपर्क साधत होतात ना?'

'हो. त्याच जाहिरातीनं आज मला इथं आणलं आहे. मी खूप मोठी चूक केली आहे. माझ्या मुळे भाऊही हाय खाऊन गेला आणि कॅडोगनही. शिवाय भावाची बदनामी झाली ती वेगळीच. मला एवढं सगळं घडेल असं वाटलंच नव्हतं. खरं तर, आम्ही नक्कल करुन कागद पुन्हा जागेवर ठेवणार होतो. पाच हजार पौंडांचा सौदा ठरला होता आमचा. पण...'

इतक्या वेळ शांत बसलेला मायक्रॉफ्ट कर्नलांना म्हणाला, 'देअर यू आर ! आता आपण मुद्यावर येऊ या ! आता ती कागदपत्रे कुठं आहेत ?'

'मला ठाऊक नाही !'

'त्याचा संपर्काचा पत्ता आहे तुमच्याकडे ? हे पहा तुम्ही जर आम्हाला सहकार्य केलं तर तुमची शिक्षा कमी होऊ शकते. तसं मी तुम्हाला वचन देतो.'

'ह्यूगो, *पॅरिस होतेल, दु लुव्र* या पत्यावर तुम्हाला मिळेल.'

तेव्हा होम्स म्हणाला, 'मायक्रॉफ्ट, ह्यूगोला पत्र काय लिहायचं, त्याचा मजकूर मी सांगतो :

काही नवीन बदललेले आराखडे हाताला लागले आहेत. आपल्याला मिळाले त्यात बराच बदल झालेला आहे. आपण थोडी घाई केली. ते कागद माझ्या थोरल्या

बंधूंकडेच मिळाले. मी त्याची नक्कल करुन ठेवली आहे. कागद पोष्टाने पाठवणे अवघड आहे. समक्षच भेटू ! येताना एक हजार पौंड रोख आणावेत. शनिवारी दुपारी दोन वाजता चेरिंग क्रॉस हॉटेल मध्येच भेटू.
वाट पहातो.

पत्र मिळताच, एक हजार पौंड रोख रक्कम घेऊन ह्यूगो ठरलेल्या ठिकाणी आला. लेसट्रेडनी सगळा सापळा रचला होता, त्यात तो अलगद अडकला.

आपल्या बंधूंप्रमाणेच या प्रसंगाची हाय खाऊन कर्नलही दोन वर्षातच गेला. तुरुंगातच त्याला मरण आलं. ह्यूगोला मात्र तेरा वर्षांची सक्षम कारावासाची शिक्षा झाली.

या *पाणबूडीच्या आराखड्याच्या* गूढ आणि अत्यंत नाजूक (सरकारी) प्रकरणात होम्सनी अफाट मेहनत घेतली आणि आपलं सर्वस्व पणाला लावलं होतं. राणी इलिझाबेथ तर्फे शेरलॉक होम्सच्या कामगिरीचा खास सत्कार करण्यात आला. मुख्य म्हणजे अत्यंत अबोल आणि काहीशा तुटक अशा मायक्रॉफ्टने, होम्सची पाठ थोपटली आणि मुक्त कंठाने स्तुती केली.

****

५

मृत्यूच्या छायेत होम्स

२२१-बी, बेकर स्ट्रीट आणि होम्स यात एक अभेदच आहे. आज बेकर स्ट्रीट म्हटलं की आपल्याला होम्स आठवतो आणि शेरलॉक होम्स म्हटला की नकळत बेकर स्ट्रीटचा परिसर आणि पहिल्या मजल्यावरचं त्याचं घर, त्याची खिडकी आपल्या डोळ्यासमोर येते. तीही अगदी अभावितपणे. होम्स आपल्या खिडकीत पाईप ओढतोय आणि रस्त्यावरच्या लोकांच काळजीपूर्वक आणि मोठ्या प्रज्ञेने निरीक्षण करतो आहे, हे दृश्य अनेकांना सुपरिचितच आहे.

एकूणच एक प्रसिद्धीचं आणि प्रतिष्ठेचं एक अलौकिक वलय, बेकर स्ट्रीट भोवती म्हणजेच होम्सच्या घराभोवती आपल्याला फिरताना दिसतं. मग तुम्ही जगाच्या पाठीवर कुठेही जा. गुन्हेगार जगत, *प्रायव्हेट कन्सल्टिंग डिटेक्टिव्ह* आणि पोलिस नामा, स्कॉटलंड यार्ड, या आणि अशा गोष्टींचा नुसता उच्चार जरी झाला, तरी नकळत आपले मन बेकर स्ट्रीटवर रेंगाळते. तेही होम्सच्या घराभोवती आणि त्याच्या अद्वितीय व्यक्तिमत्त्वाभोवती.

त्यामुळे जनमानसात गैरसमज असा झाला आहे की बेकर स्ट्रीटवरील पहिल्या मजल्यावरचे घर हे होम्सच्या स्वतःच्याच मालकीचेच आहे. अर्थात मीही लोकांचा हा गैरसमज दूर करायचा प्रयत्न कधी केला नाही. कारण कोणालाच ते पटण्यासारखं नाही. होम्स, तिथं मिसेस हडसन बाईंचा चक्क भाडेकरू आहे, हे तुम्हाला माहित आहे ? केवळ आजच नाही तर गेले पंचवीस-तीस वर्षे तो तिथला भाडेकरू आहे.

तुम्हाला माहित आहे की ते तिन्ही मजले मिसेस हडसन यांच्या स्वतःच्या मालकीचे आहेत. मला विचाराल तर मी सांगेन की मिसेस हडसन या अपार सहनशील आणि विलक्षण समजूतदार बाई आहेत. खरं तर त्यांच्या जागी दुसरं कोणीही असतं, तरी त्यांनी त्या भाडेकरूला (मग तो कितीही जगप्रसिद्ध असेना) कधीच बाहेरचा रस्ता दाखवला असता !

'का ?' असं तुम्ही विचाराल.

सांगतो. पहिल्या मजल्यावर राहणारा असा हा समजूतदार(?) जगद्‌विख्यात भाडेकरू जरी मिसेस हडसनला मिळाला असला तरी होम्सला सर्वार्थानं एक भाडेकरू म्हणून सहन करणं, केवळ अशक्य आहे! मी असं बोलतोय हे पाहून, तुम्हाला विलक्षण आश्चर्य वाटलं असेल! पण खरंच ती एक वस्तुस्थिती आहे. प्रतिभा ही वेडाची बहिण असते, असे प्रसिद्ध इटालियन मानसशास्त्रज्ञ लोंब्रोसा यांनी म्हटले आहे. ते मला इथं (विशेषतः हडसनबाईंच्या नजरेतून पहायला लागल्यावर) अगदी खरं वाटतं. होम्सही आपल्या प्रान्तातला एक प्रतिभावंतच आहे. त्याचा विक्षिप्तपणा, त्याची अलौकिक बुद्धिमत्ता, त्याचा तऱ्हेवाईकपणा, हा सर्वसामान्यांच्या पचनी पडणं खरोखरीच

अवघड आहे. कारण होम्सच्या वर्तनाबद्दल कधीही आणि कुठलेच अंदाज बांधणे अवघड आहे. यातही मिसेस हडसन यांनी होम्सच्या जेवणाची-नाष्ट्याची जबाबदारी घेतल्यापासून तर त्यांना ते अधिकच जाणवले असणार !

होम्सकडे होणारी सततची, रात्री-अपरात्रीची वर्दळ, सिगार-पाईप यांच्यासह प्रयोगशाळेतील अनेक रासायनिक द्रव्यांचे येणारे तऱ्हेतऱ्हेचे वास, मध्यरात्री मधेच व्हायोलीन वाजवायची होम्सला येणारी लहर, आपल्या घरातच पिस्तुलीच्या नेमबाजीचा होम्सचा चालणारा सततचा सराव, इतकंच नव्हे तर होम्सचा लहान मुलासारखा चालणारा दंगा व आरडाओरडा, होम्सचा कागदांचा, वर्तमानपत्रातील कात्रणांचा सर्वत्र होणारा पसारा...अशा एक ना अनेक गोष्टी सहन करण्याच्या पलीकडच्या आहेत. त्याही पुढे जाऊन मी तर म्हणेन की सततचा गुन्हेगारी जगतचा येणारा संबंध, मिसेस हडसनना त्रासदायकच होत असणार ! हो की नाही?

पण हडसनबाईंनी त्याबद्दल कधी तक्रार केली नाही. त्यांच्या सहनशीलतेचं जेवढं कौतुक करावं तेवढं थोडं आहे. होम्सही कधी कधी मुडात आला की म्हणतो, *माझ्या आईने जेवढे लाड केले नसतील तेवढे मिसेस हडसन यांनी केले आहेत.* मला स्वत:ला ठाऊक आहे की होम्स, विलक्षण संवेदनशील आहे. मिसेस हडसनशी तर तो विलक्षण अदबीनं वागत असतो. पण कधी कधी लहान मुलासारखा हट्टही करतो. मिसेस हडसन एकदा मला म्हणाल्या की *होम्स म्हणजे कधीही न उलगडणारं कोडं आहे !* मला त्यांच म्हणणं लगेचच पटलं, कारण होम्सला मीही इतकी वर्षे अगदी जवळून पाहतो आहे. विशेषत: त्याच्या जवळ जवळ प्रत्येक शोधात, मी कलात्मक अलिप्ततेने

सहभागी असतो. त्याचे बदलणारे मुडस, त्याचा उदासपणा, त्याचा आनंदीपणा, त्याच्या चेहऱ्यावरचे नैराश्य तसेच त्याला असत्य, अन्याय यांच्याविषयी वाटणारी विलक्षण चीड, ही मी खूप जवळून पाहिली आहे. कधी कधी होम्सचा अव्यवस्थितपणा, वेंधळेपणा मला सहन होत नाही. मग माझाही तोल जातो आणि मी त्याच्यावर विलक्षण चिडतो. मग होम्सच माझी समजूत काढतो.

एकूणच हडसन मॅडमनी आणि मी, आम्ही दोघांनी होम्सची इतक्या वर्षांची दिनचर्या व जीवनप्रवास, कामकाज व शोधाच्या नानाविध पद्धती अगदी जवळून पाहिल्या आहेत. याचा अर्थ आम्ही होम्सला पुरतं ओळखतो वा ओळखलं आहे असं मात्र होत नाही !

हडसन बाई म्हणतात की होम्स हा एकदम सच्चा माणूस आहे आणि ते खरंच आहे. एक अस्सल खणखणीत नाणं. दर महिन्याला वेळच्या वेळी तो केवळ भाड्याचेच नव्हे तर खर्चाला लागणारे सर्व पैसे देत असतो. आजवर त्यानी, त्यांना कधीही हिशोब विचारला नाही. बरं स्त्रियांच्या बाबतीत होम्स चार हात लांब राहणारा! कमालीचा सभ्य आणि दाक्षिण्यशील ! आजवर होम्सनी या बिनचेहऱ्याच्या क्रूर-पाशवी जगतापासून कितीतरी स्त्रियांना वाचवलं आहे. होम्स शोधाला आणि त्यातून मिळणाऱ्या आनंदाला विलक्षण महत्त्व देतो. शोध संपल्यावर होम्स विलक्षण थकलेला असतो पण त्याच्या चेहऱ्यावर एक नवे शहाणपण झळकताना मी नेहमीच पाहिलेलं आहे.

आता होम्सनी लावलेले आजवरचे शोध, गुन्हेगार जगताला त्याविषयी वाटणारा वचक जगप्रसिद्धच आहे. आजपर्यंतच्या होम्सच्या सगळ्या केसेस मी आनंदाने लिहिल्या. अगदी काळजीपूर्वक लिहिल्या. होम्सची असामान्य बुद्धिमत्ता, त्याची तर्काला धरुन केलेली कमालीची

बुद्धिगम्य शोधयात्रा तर कधी तर्काच्याही पलीकडे जाऊन घेतलेला प्रगल्भ वेध, हा केवळ साक्षात्कारीच असतो. याचा मी अनंत वेळा अनुभव घेतला आहे. एकूणच होम्सची प्रज्ञा, त्यानी घेतलेला गुन्हेगाराच्या मनाचा व जीवनरीतीचा साहसी शोध अतुलनीयच आहे.

आज दुपारीचीच गोष्ट. दोनच्या सुमाराला मी दवाखाना बंद करुन घरी आलो. जरा फ्रेश झालो, तेवढ्यात दारावर थाप पडली. माझ्या कपाळावर अठ्या पडल्या आणि मी मोठ्या नाराजीनं दरवाजा उघडला, तर दारात मिसेस हडसन !

मिसेस हडसन यांचा तो उदास-केविलवाणा चेहरा पाहून माझ्या पोटात धस्स झालं !

'काय झालं मिसेस हडसन ? होम्स बरा आहे ना ?'

त्या काहीच बोलल्या नाहीत.

'तुम्ही बोलत का नाही ?'

मिसेस हडसन यांनी आपला चेहरा दुसरीकडं वळवला.

'तुमच्या डोळ्यात पाणी ? मिसेस हडसन तुम्ही जर बोललाच नाहीत तर मला कसं कळणार ?'

'डॉ. वॉटसन, होम्स खूप आजारी आहेत हो. तीन दिवस झाले. पोटात अन्नाचा एकही कण नाही. तोंडावर, ओठांवर कसले तरी फोड आलेले आहेत. आणि मुख्य म्हणजे ते विलक्षण अशक्त झालेले आहेत. काही खात पीत नाहीत.'

'अहो मग लगेचच डॉक्टरांना बोलवायचं ना ?'

'मी त्यांना तसं म्हटलंही. एकदा नाही, दोनदा नाही, दिवसातून चार ते पाच वेळेला विचारलं.... 'डॉक्टरांना बोलावू का ?'

'मग ?'

माझ्यावरच खेकसले. नको म्हणाले. इतकंच नाही तर मला तिथलं काही आवरूही देत नाहीत. खोलीत सुद्धा न येण्याची त्यांनी धमकी दिली आहे. मला म्हणाले, 'मला झालेला रोग हा विलक्षण संसर्गजन्य आहे, तेव्हा तुम्ही कोणी आत येऊ नका !'

आज आता चौथा दिवस आहे. शेवटी मी मोठ्या धाडसाने, त्यांच काहीही न ऐकता आत घुसले आणि त्यांना मोठ्या निकरानं म्हटलं की मी डॉ. वॉटसन यांना तरी बोलावते.'

प्रथम काहीच बोलले नाहीत. मग जरा वेळाने, 'हो' म्हणाले. मग मी पडत्या फळाच्या आज्ञा समजून तुमच्याकडे धावत आले. मला खूप भीती वाटते हो. थोडं काही बोललं की त्यांना धाप लागते.'

'तुम्ही काहीही काळजी करू नका !'

'अहो काळजी करू नका कसं ? अगदी भ्रमिष्टासारखं वागताहेत. अंगात एक तर त्राण नाहीत पण तरीही आरडाओरड करतात. मग त्यांना चांगलीच धाप लागते. स्वत:शीच बडबडत राहतात. मला तर ही लक्षणं काही बरी वाटत नाहीत. तुम्ही वेळीच हालचाल नाही केली तर होम्स....'

दुसऱ्याच क्षणी हडसन बाई घळाघळा रडायलाच लागल्या. मी त्यांची समजूत काढली आणि त्यांना पुढे पिटाळले. अर्थात मीही माझी बॅग घेतली आणि त्यांच्या मागोमाग बेकर स्ट्रीटच्या दिशेनं निघालो. वरुन जरी मी कितीही धीटपणाचा आव आणत असलो, तरी हडसन बाईंपेक्षा माझी अवस्था अधिक कठिण झाली होती. पण मी

त्यांना तसं काही दर्शवलं नाही.

वाटेत जाताना सारखं मनात येत होतं की या चार दिवसात होम्सनी हक्कानं आपल्याला का नाही बोलावलं ? चेहऱ्यावर, अंगावर फोड येणं, विलक्षण अशक्तपणा, धाप लागणं आणि खोकल्याची उबळ...ही काही लक्षणं ठीक नाहीत. खरं तर लगेचच हडसनबाईंनी मला जरी बोलावलं असतं तरी ?

या विचारात मी बेकर स्ट्रीला कधी आलो, ते माझं मलाच कळलं नाही. मी धावतच जिना चढून वर गेलो. मी एकवार होम्सकडे पाहिलं आणि माझं अवसानंच गळालं. त्याच्या चेहरा विलक्षण सुकून गेला होता. गालफडं बसली होती. डोळे आत खोलवर गेलेले आणि विलक्षण अशक्तपणा आलेला. चेहऱ्यावर, हातावर ॲलर्जी आल्यासारखे फोड आलेले. मला त्याची ती अवस्था अक्षरश: पहावेना !

'होम्स ? अरे, काय रे हे ? तू आपली काय अवस्था करून घेतली आहेस ?'

'थांब तिथंच ! माझ्या जवळ येऊ नकोस !'

'अरे पण ?'

'पण नाही आणि बिण नाही ! तू जवळ येऊ नकोस ! ही माझी आज्ञा आहे समज ! तू तिथंच दाराजवळ खर्चीत बसून रहा. तिथून तू माझ्याशी बोल.'

होम्स जवळ जवळ माझ्या अंगावर खेकसलाच.

'अरे पण, मी तुला तपासल्याशिवाय तुला औषध तरी कसा देऊ शकणार ?'

'मला आता औषधच नको आहे. मी आता यातून काही वाचत नाही आणि मला वाचायचंही नाही.'

'असा आडमूठ्यासारखा काय करतो आहेस ?'

'ह्याला आडमूठेपणा नाही तर समंजसपणा म्हणतात. कारण मला झालेला रोग हा महाभयंकर संसर्गजन्य रोग आहे. तो तुला होऊ नये असं मला वाटतं ! निदान तुला तरी माझ्या रोगाची लागण लागायला नको आहे !'

'अरे पण असा धोका प्रत्येक डॉक्टराला पत्करावाच लागतो.'

'वॉटसन, तोच मला पत्करायचा नाहीये.'

'तू मला शांतपणे तपासू देणार आहेस का ?'

'नाही.'

'मग मला जबरदस्तीनं जवळच्या दवाखान्यातल्या काही नर्सना बोलवावं लागेल ! माझा नाईलाज आहे.'

'तू कुठेही जाणार नाहीस ?'

'या बाबतीत तरी मी तुझं काहीही ऐकणार नाहीये. तुझ्या अंगात त्राण नाहीत. रोगावर वेळीच उपाय नाही केला तर त्याचे अत्यंत वाईट परिणाम आपल्या सर्वांनाच भोगावे लागतील.'

'आपल्याला म्हणजे मला, तुला नाही !'

'म्हणजे मी तुझा मित्र नाही ?'

'आहेस. नक्की आहेस. आपण नेहमीच आपली सुखदुःखे वाटून घेतली आहेत. पण हा रोग मला तुझ्याबरोबर वाटून घ्यायचा नाहीये वॉटसन. प्लीज, हट्ट करू नकोस !'

एवढं बोलून झाल्यावर होम्सला विलक्षण धाप लागली. एके क्षणी तर त्याला खोकल्याची उबळ आली.

मी पाणी देण्यासाठी पुढे सरकलो तर...

'तू पुढं येऊ नकोस तुला सांगितलं ना ? मला जरा दोन

मिनिटं शांत बसू दे, मग मला बरं वाटेल.'

'तू दोन काय, पाच मिनिटं चांगली विश्रांती घे आणि मग मी तुला तपासतो. चालेल ?'

'तुला नाही म्हणून सांगितलेलं कळत नाही का ?'

'अरे पण का ?'

होम्सचा चेहरा विलक्षण केविलवाणा, रडवेला झाला होता. तो म्हणाला, 'वॉटसन, तुला या नवीन प्रकारच्या रोगाची काहीच माहिती नाहीये. चीन वा आशियातील प्रदेशात सध्या नव्याने आढळणारा हा रोग आहे. त्यावर अजून पुरेसे संशोधन झोलेले नाहीये. त्या चिनी वसाहतीत मी गेलो नसतो तर मला हा रोग झालाच नसता!'

'अरे या नव्या रोगाविषयी मला काहीच माहित नसेल तर मी ती माहिती करुन घेईन. मला करावीच लागेल.'

'वॉटसन, ह्या रोगाचा प्रादुर्भाव सुमित्रा बेटावर जे मजूर-गोदी कामगार होते त्यांनाही झाला आहे. त्याच्या लक्षणांचाही मी अभ्यास केला आहे. *टॅपोनली फ्लू* विषयी तुला काही माहिती आहे?'

'काहीच नाही. या तापाविषयी मी प्रथमच ऐकतो आहे.'

'अरे माझे सगळं अंग गरम झाले आहे आणि अंगातून गरम वाफा येत आहेत.'

'होम्स, डॉक्टर आईनस्ट्री, हे युरोपमधील संसर्गजन्य रोगाचे तज्ज्ञ मानले जातात. माझी आणि त्यांची चांगली ओळख आहे. मी त्यांना इथे आणतो.'

'नको वॉटसन ! मी तुला मघापासून हेच सांगण्याचा प्रयत्न करतोय की यूरोपीय डॉक्टरांचा या संदर्भात काहीच उपयोग होणार नाही. ऐक माझं !'

'मी तुझं काहीच ऐकणार नाही. माझ्या मते डॉक्टर आईनस्ट्री हेच या बाबत सर्वोत्तम आणि सर्वोत्कृष्ट डॉक्टर आहेत. मी त्यांना बोलावून आणतो. या बाबत मी तुझं काहीही ऐकणार नाही.'

असे म्हणून मी जायला वळलो तर होम्स कॉटवरुन धडपडत उठला आणि माझ्या पुढं होत, त्यानं दरवाजा आतून लावून घेतला आणि मुख्य म्हणजे त्याला कुलूपही लावलं. माझ्याकडे रागाने पहात त्यानं त्याची किल्ली आपल्या खिशातही टाकली. मग तो तसाच धडपडत आपल्या कॉटकडे गेला. खरं तर एवढ्या श्रमाने त्याला विलक्षण धाप लागली.

मला काय करावं आणि काय बोलावं काहीच सुचेना ! मी त्याच्या या रुद्रावताराकडे अचंबित होऊन पहातच राहिलो. एके क्षणी मी चिडून म्हणालो, 'हा शुद्ध वेडेपणा आहे.'

'सॉरी वॉटसन, पण त्याला काही इलाज नाही. हे बघ आत्ता घड्याळात सव्वाचार वाजले आहेत. आपण सहा वाजेपर्यंत माझ्या तब्येतीत उतार होण्याची वाट पाहू. अगदीच उतार नाही पडला तर सहा वाजता तू डॉक्टरांना आणायला जा ! पण आत्ता नाही. तो पर्यंत तू इथंच समोरच्या खूर्चीत बसून रहा ! नाहीतर इथली वर्तमानपत्रे-पुस्तके वाचत बस !'

होम्स बराच वेळ तसाच डोळे मिटून पडून राहिला. तो एवढ्याशा श्रमानं देखील थकला होता.

मग मीही सहा वाजेपर्यंत वाट पाहण्याचा निर्णय घेतला. सहा नंतर मात्र आपण जबरदस्तीनं डॉक्टर आईनस्ट्रींना बोलावून

आणायचंच, असं मी मनाशी पक्क केलं. ! मग आपलं होम्सशी भांडण झालं तरी हरकत नाही.

मी त्याला म्हणालो 'होम्स, आजवर इतकी वर्षे मी डॉक्टरकी केली, पण तुझ्यासारखा हट्टी-दुराग्रही आणि कमालीचा हेकट माणूस मला कधी भेटला नाही.'

'प्रत्येक गोष्ट वा माणूस आपल्याला आयुष्यात मनासारखा भेटेलच, असं नाही वॉटसन !'

'इतरांच मला माहित नाही पण माझी तुझ्याकडून ही अपेक्षा नव्हती ! ठीक आहे, होऊ दे तुझ्या मनासारखं ! सहा वाजता मात्र मी डॉक्टर आईनस्ट्रीना घेऊनच येणार ! मग आपलं भांडण झालं तरी चालेल !'

त्यावर होम्स काहीच बोलला नाही. बहुधा त्याला ग्लानी आली असावी. मी होम्सच्या चेहऱ्याकडे पाहिलं. त्याचा चेहरा अगदीच सुकून गेला होता. चेहऱ्यावर फोड आले होते. ओठ अधिक लालसर झाले होते. गालफडं बसलेली आणि क्षीण डोळे.

मी माझ्या जागेवरुन उठलो आणि पुस्तकाच्या कपटाकडे वळलो. आश्चर्य म्हणजे तिथं टेबलावर अनेक वैद्यकीय पुस्तके पडली होती. काही मध्ये खुणाही केलेल्या होत्या. तिथंच पॅडवर काही पॉईंट्सही लिहिले होते. माझ्या मनात आलं, होम्स समोर आलेल्या प्रत्येक परिस्थितीला ताजेतवानेपणाने सामोरा जातो. यातून त्याला कदाचित आंतरिक शक्ती लाभत असावी. मनाची सावधानता आणि स्वत:च्या बाबतीतली विलक्षण जागरूकता, यावरच आयुष्याचा दर्जा ठरतो, असे म्हणतात. होम्सही म्हणतो की, शोध असा असायला हवा की ज्यायोगे सजगता व सावधानता अधिक दृढमूल होईल.

पुस्तकांचा तो ढीग पाहता पाहात सहज माझी नजर टेबलावर ठेवलेल्या इतर वस्तूंकडे गेली. इंजेक्शनच्या सिरिंग्ज, काही औषधांच्या बाटल्या तिथं होत्या आणि बरोबरच एक सुंदर हस्तीदंती पेटी होती. बहुधा ती हिंदुस्थानातील असावी. कारण त्यावरचे नक्षीकाम हे मुघल संस्कृतीचे निदर्शन करीत होते. मला विलक्षण उत्सुकता वाटली आणि मी सहजतेने ती हस्तीदंती छोटी पेटी हातात घेतली. ती मी उघडणार इतक्यात होम्स धाडकन कॉटवरुन उठला आणि ती हस्तीदंती छोटी पेटी माझ्या हातातून त्यानी हिसकाऊन घेतली.

मला म्हणाला, 'माझ्या वस्तूंना हात लावलेला मला आवडत नाही, तुला माहित आहे ना ? नको त्या वस्तूंना हात लावू नकोस!'

त्याच्या ओरडण्याने मी इतका दचकलो की चार पावलं मी मागेच सरकलो. त्याचा तो आविर्भाव आणि त्याचा तो आवेग पाहून माझंच शरीर थरथर कापायला लागलं.

'काय झालं होम्स ?'

'काही नाही. वॉटसन, प्लीज रागवू नकोस ! तू म्हणतो ते मला मान्य आहे. मला वाटलं होतं की या दोन तासांत काही फरक पडेल पण... ? सहा वाजतच आले आहेत. तू जरूर डॉक्टरांना बोलाव पण डॉ. आईनस्ट्रींना नाही.'

'म्हणजे ?'

'प्लीज, मी सांगतो त्या डॉक्टरांना बोलाव. ते एक प्रकारचे वैद्य आहेत. लोअर बर्क स्ट्रीटला राहतात ते. कल्व्हर्टन स्मिथ असं त्या गृहस्थाचं नाव आहे. तू त्यांना घेऊन ये. टेबलावर एक चिठ्ठी आहे, त्यावर त्यांचा पत्ताही लिहिलेला आहे.'

मी मानेनच त्याला 'हो' म्हणालो.

'वॉटसन, आणखीन एक छोटसं काम कर ! तो पडदा थोडा बाजूला कर आणि कंदीलाची वात किंचित मोठी कर !'

'पण होम्स, या वैद्याचं नाव पूर्वी मी कधी ऐकलं नाही.'

'सुमात्रा बेटावरील मजूरांना मध्यंतरी जो रोग झाला होता, त्यावरचं औषध फक्त स्मिथ साहेबांकडे मिळालं. त्यांचा रोगजंतूचा प्रचंड अभ्यास आहे. अर्थात त्यांची प्रकृती व स्वभाव जरा तऱ्हेवाईक आहे.'

'तुझ्यासारखा ?'

'तसं समज हवं तर ! कमालीचे वेळ पाळणारे आहेत ते. बरोबर सहाला आपल्या बंगल्यात, अभ्यासिकेत जातात. त्यांच्याकडे स्वत:ची अशी प्रयोगशाळा आहे. खरं तर ते सहा नंतर कोणालाच भेटत नाहीत, पण तू माझं नाव त्यांना सांग आणि माझ्या तब्येतीविषयीही सविस्तर सांग. कदाचित ते तुझं ऐकतील, कुणास ठाऊक ? वॉटसन, मला झालेल्या रोगावर फक्त त्यांच्याकडेच औषध आहे.'

एवढं बोलून झाल्यावर होम्सला कमालीची धाप लागली. तो थोडासा थांबला आणि म्हणाला, 'ते कदाचित भेटायला वा इथं यायला तयार होणार नाहीत, पण तू त्यांना कळकळीची विनंती कर! माझ्या वतीनं कर ! करशील ना ?'

'होम्स, हे काय विचारणं झालं ?'

'थँक्स वॉटसन ! दुसरं असं की दुर्दैवानं माझं नाव उच्चारताच ते चिडले, रागावले तर तू त्यांची समजूत काढ !'

'का ?'

'अरे त्यांचा पुतण्या नुकताच वारला. तोही अतिशय विचित्र रीतीने मरण पावला. अचानक त्याला मरण आल्यामुळे पोलिसांनी

त्यांची चौकशी केली. मुख्य म्हणजे मी त्यावेळी त्यांच्यावरच संशय व्यक्त केला.'

'कसला ?'

'मी त्यांना म्हटलं की पुतण्याच्या मृत्यूला तुम्हीच जबाबदार आहात ! त्यामुळे ते माझ्यावर निश्चितच नाराज असतील. प्लीज टेक केअर !'

होम्सनी माझ्याकडे कॉटवरुनच किल्ली फेकली. मला न झेलता आल्यामुळे ती जमिनीवर पडली आणि मी ती उचलली.

'वॉटसन, एक सांगायचं राहिलं. येताना तू त्यांच्याबरोबर येऊ नकोस ! कारण दोन डॉक्टरांच एकमेकांत कधी पटत नाही म्हणतात. विशेषत: स्मिथ वैद्यांशी तुझं जमणं अवघड आहे, कारण ते विलक्षण अहंकारी आहेत. ते जर दुखावले गेले तर मग येणार नाहीत. तू त्याच्या आधी इथं ये. काहीही कारण सांग हवं तर !'

होम्स बोलताना काही क्षण थांबला आणि बाहेर पडण्यापूर्वी मला म्हणाला, 'वॉटसन, माझं जगणं हे, केवळ त्यांच्याच हातात आहे.'

'होम्स तू काहीही काळजी करू नकोस ! मी त्यांना घेऊनच येतो', असं म्हणत मी होम्सच्या घरातून बाहेर पडलो.

होम्सच्या घरातून बाहेर पडल्यानंतर मी काहीच पावलं गेलो असेन. वाटेतच एक ओळखीचा चेहरा मला दिसला. त्यांच्याकडं पाहताना मला सारखं वाटत होतं की या व्यक्तीला कुठंतरी आपण पाहिलं आहे. पण नक्की आठवत नव्हतं !

मी त्या व्यक्तीकडे पाहून हसलो. माझ्या जवळून जाताना तो मला म्हणाला, 'कशी आहे होम्सची तब्येत ?'

मी सहजपणे त्यांना म्हणालो, 'फारशी चांगली नाही.'

त्या गृहस्थाने चमकून माझ्याकडे पाहिलं.

पुढं गेल्यावर माझ्या लक्षात आलं की ते गृहस्थ दुसरे तिसरे कोणी नसून इन्स्पेक्टर मार्टीन आहेत. ते साध्या वेषात असल्यामुळे मी त्यांना एकदम ओळखलंच नाही.

तिथंच मला एक घोडागाडी मिळाली. टार्गेट होतं, १३, लोअर बर्क स्ट्रीट : वैद्य कल्व्हर्टन स्मिथ. तिथं काही लहानसे टुमदार बंगले होते. स्मिथ यांचा बंगला शोधायला मला फारसे कष्ट पडले नाहीत. लोअर बर्क स्ट्रीटचा परिसर हा उच्चभ्रूंचा परिसर म्हणून ओळखला जातो. खरं तर संध्याकाळची वेळ असूनही या रस्त्याला विलक्षण शांतता होती. फारशी रहदारही नव्हती.

बंगल्याच्या बाहेरचं फाटक ढकलून मी आत गेलो. स्मिथ यांच्या नोकराने दरवाजा उघडला.

'स्मिथसाहेब घरात आहेत?'

'ते आपल्या प्रयोगशाळेत आहेत. संध्याकाळी सहानंतर ते तिथंच प्रयोगशाळेत-अभ्यासिकेत असतात. खरं तर, सहा नंतर ते कुणालाच भेटत नाहीत.'

'मला माहित आहे, पण मला त्यांना भेटायचं आहे. माझे मित्र फारच आजारी आहेत. स्मिथसाहेबांनी जर त्याला पाहिलं, तपासलं तर त्याच्या प्रकृतीत सुधारणा होईल. माझ्या मित्राची प्रकृती फारच गंभीर आहे हो !'

त्या नोकरानं मला बसायला सांगितलं आणि तो स्मिथ

यांच्या अभ्यासिकेत गेला. खरं तर मी जिथं बसलो होतो, तिथं मला त्या दोघांचा संवाद स्पष्टपणे ऐकू येत होता.

'तुला माहित आहे ना, मी सहा नंतर कुणाला भेटत नाही ते. तू काय नवा आहेस का ? तुला माझे नियम माहित नाहीत?'

'हो, पण त्या गृहस्थांचे मित्र गंभीर आजारी आहेत आणि त्यांचं असं म्हणणं आहे की तुम्ही स्वत: येऊन त्यांना तपासावं !'

'तू जास्त आगाऊपणा करू नकोस. तुला सांगितलं ना, आत्ता या वेळेला मी कोणाला भेटत नाही.'

'साहेब, हळू बोला. ते गृहस्थ बाहेरच बसले आहेत.'

'मग मी काय करू ? उद्या सकाळी त्यांना यायला सांग!'

एके क्षणी मला काय वाटलं कुणास ठाऊक मी त्यांच्या त्या तथाकथित प्रयोग शाळेत घुसला आणि त्यांना म्हणालो, 'स्मिथसाहेब उद्यापर्यंत खूप उशीर होईल हो. गेले चार दिवस तो तापाने फणफणतोय. सगळ्या अंगावर-चेहऱ्यावर त्याच्या फोड आले आहेत. बोलताना सारखी धाप लागतीय.'

'तुम्ही इतक्या आत कसे आलात ? तेही माझ्या अनुमती शिवाय? माझ्या प्रयोगशाळेत मी कुठल्याच बाहेरच्या माणसाला प्रवेश देत नाही.'

'स्मिथसाहेब मला क्षमा करा, पण आमचे सगळे उपाय थकलेत हो. होम्स म्हणाले, आता जगण्याची फक्त एकच आशा आहे आणि ती म्हणजे वैद्य कल्व्हर्टन स्मिथ ! तू त्यांनाच घेऊन ये.'

'काय नाव म्हणालात तुम्ही तुमच्या मित्राचं ?'

‘होम्स, शेरलॉक होम्स ! ते मरणाच्या दारात आहेत. ते म्हणाले, माझ्या आजारावर युरोपमधील कुठलाच डॉक्टर इलाज करू शकणार नाही. फक्त एकच गृहस्थ यावर इलाज करू शकतो आणि ते म्हणजे तुम्ही !’

‘का स्वत:ला ते तज्ज्ञ समजात ना ? मोठी घमेंड होती तुमच्या या मित्राला. आता इलाजदेखील स्वत:च करा म्हणावं ! तुमचं नाव काय ?’

‘मी डॉ. वॉटसन.’

‘मग तुम्हीच का त्यांच्यावर इलाज करीत नाही.’

‘माझी खूप इच्छा आहे हो, पण त्यांनी मला उपचार करून दिलं पाहिजेत ना ? मला आपल्या जवळ, अगदी दहा फूटातसुद्धा तो फिरकू देत नाही. मी त्याला म्हटलं की संसर्गजन्य रोगाचे डॉक्टर आईन्स्ट्री यांना बोलावतो तर, नको म्हणाले. त्यांनी तुमचाच सारखा ध्यास घेतला आहे. कुठल्या तरी चिनी वसाहतीत गेले होते, तिथं त्यांना हा आजार झाला म्हणे. सुमित्रा बेटावरच्या मजूरांना हाच आजार झाला होता. प्लीज स्मिथसाहेब, गेले चार दिवस होम्सची तब्येत अगदीच खालावलेली आहे. तुम्ही नाही आलात तर..सगळाच अनर्थ होईल. अहो ते सारखे ग्लानीत जात आहेत. तीन दिवसात त्यांनी काहीही खाल्लेलही नाही. खोकल्याची उबळही येतीय त्यांना ! प्लीज तुम्ही....’

मला पुढे बोलवेच ना ! नकळत माझ्या डोळ्यात पाणी आलं. मग स्मिथ साहेब गंभीरपणे म्हणाले, ‘ठीक आहे. तुम्ही एवढं म्हणताच आहात तर येतो मी.’

‘तुम्ही वैद्य म्हणजे तुमचा सूक्ष्मजीवशास्त्राचा खूप अभ्यास

असेल ना ? होम्सही हेच म्हणत होता !'

'अगदी बरोबर आहे ते. प्रयोगशाळेतल्या या बरण्या पाहताय ना तुम्ही ? प्रत्येक बरणीत विविध प्रकारचे जंतू जमा केलेले आहेत. मी गेले चाळीस वर्षे जंतूंच्या विनाशावर संशोधन करतो आहे. तुम्ही मला एक सांगा, होम्सच्या चेहऱ्यावर-ओठांवर फोड आले आहेत?'

'हो. त्याची गालफडही बसली आहेत. डोळ्यात त्राण नसल्यासारखे खोल गेले आहेत. ओठ लालसर झाले आहेत. त्यात काही ठिकाणी निळसर वण दिसत आहेत. होम्सला उभं राहता येत नाही. थोडं काही बोललं की धाप लागते. मधूनच त्यांची शुद्धही हरपते.'

'हे गंभीर आहे, आपण लगेचच निघायला हवं !'

'चला ! बेकर स्ट्रीटवरील होम्सचं घर तुम्हाला माहित आहे ना ? तिथंच पहिल्या मजल्यावर..'

'अहो वॉटसन, अशा अतिहुशार माणसाचं घर कोणाला माहित नसणार !'

'वैद्यबुवा तुम्ही पुढं व्हा ! मला एक पेशंटला पहायला जायचं आहे. मी नंतर त्याला भेटतोच. पण प्लीज, होम्सची काळजी घ्या. मला खूप चिंता वाटते हो त्याची ! थँक्स !'

'तुम्ही काही चिंता करू नका वॉटसन !'

मी लगेचच घोडागाडी केली आणि अतिशय जलद गतीनं मी होम्सच्या बेकर स्ट्रीटला आलो. मला पाहताच होम्स म्हणाला, 'यायला तयार झाले का ते ?'

'हो निघालेच आहेत ते. येतीलच इतक्यात.'

'तू कसा आहेस ?'

'मी ठीक आहे, तू माझं फार मोठं काम केलंस वॉटसन ! तुझे उपकार कसे मानावेत, हेच मला कळेनासे झालं आहे.'

'काय बोलतो आहेस तू ! तू लाजवतो आहेस मला !'

'बरं बुवा, नाही बोलत. सारखी शुद्ध हरपती आहे रे. तू काय करतो आहेस ?'

'मीही इथंच थांबतो, तुमचे वैद्य स्मिथ काय निदान करतात ते मलाही पाहता येईल !'

'ते ठीक आहे रे, पण वॉटसन तुला इथं पाहताच ते आणखीन बिथरतील. तुला तर माहितच आहे की ते कसे तऱ्हेवाईक आहेत ते ! तू स्वत:च त्यांचा अनुभव घेऊन आला आहेस. तू एक काम कर, तू या मोठ्या कपाटाच्या आत बस. तुझी थोडी गैरसोय होईल, पण त्याला इलाज नाही'

मी त्या कपाटात कसा बसा बसलो आणि त्याचं दार ओढून घेतलं. तेवढ्यात पावलांचा आवाज आला.

'होम्स, आहात का तुम्ही ?'

'या स्मिथसाहेब ! मला वाटलं तुम्ही काही येत नाही.'

'असं कसं माणूस मरत असताना बघणं, हा देखील एक शोधाचा विषय होऊ शकतो !'

'तुमचा अजूनही माझ्यावरचा राग गेलेला दिसत नाही. मला

माहित आहे की या रोगावर फक्त तुमच्याचकडे औषध आहे. युरोपात तरी कुठलाही तज्ज्ञ मला वाचवू शकणार नाही ! म्हणूनच तुम्हाला बोलवायला मी वॉटसनला पाठवलं.

'काय होतं आहे तुम्हाला होम्स?'

'स्मिथसाहेब प्रचंड अशक्तपणा आलाय. माझा आवाजही अगदीच क्षीण झाला आहे. खरं सांगू पोटात अन्नाचा एक कण नाही. चेहऱ्यावर, ओठांवर आणि अगदी संपूर्ण अंगावर मला फोड आले आहेत. खूपच अशक्तपणा वाटतो आहे. मधूनच शुद्ध हरपते.'

एवढं बोलून झाल्यावर होम्सला धाप लागली.

होम्स म्हणाला, 'स्मिथसाहेब मला जरा पाणी द्या ना ?'

'देतो ना, मृत्यूपर्वी माणसाच्या इच्छा या अपुऱ्या राहू नयेत म्हणतात ! नाहीतर तो आपल्या मानगुटीवर येऊन बसतो. तुम्ही तर जिवंतपणीच माझ्या जीवावर उठला होतात. तुमच्या माहितीसाठी मी सांगतो होम्स, अगदी हीच लक्षणे व्हिक्टरला, माझ्या पुतण्याला देखील झाली होती. चौथ्या दिवशीच बिचारा गेला तो.'

'म्हणजे तुम्हीच ते जंतू तुम्ही माझ्या आणि व्हिक्टरच्या शरीरात सोडलेत ना ?'

'अर्थातच. पण होम्स तुम्ही ते सिद्ध करू शकणार नाही.'

'मला पाणी देताय ना ?'

'हे घ्या.'

'आता बरं वाटतंय ?'

'नाही हो. प्लीज मला वाचवा ! हवं तर मी तुमची माफी मागतो. मी उगाचच तुमच्यावर पुतण्याच्या खुनाचा आरोप केला. मला खूप पश्चाताप होतो आहे. मी ते सगळं सगळं विसरतो.'

'त्यांनी आता काय फरक पडतो होम्स !'

'म्हणजे ?'

'माझ्या विरुद्ध साक्ष द्यायला तुम्ही जिवंत तर रहायला हवं ना ? अजून चार-पाच तासात तुमचा खेळ आटपणार आहे.'

'असं नका करू स्मिथसाहेब, खूप वेदना होते आहे हो. सगळ्या अंगातून गरम वाफा निघत आहेत. मला बोलवतही नाही.'

'स्वत:च्या तीव्रतम बुद्धीबद्दल नाहक गर्व होता ना तुम्हाला? मग उपचारही तुम्हीच करा की ?'

'स्मिथसाहेब, मी बिनशर्त माघार घेतली आहे. तुम्ही पुतण्याचा, त्याच्या शरीरात जंतू सोडून खून केला आहे, हे मी खरंच कोणाला सांगणार नाही, पण मला यातून वाचवा हो. प्लीज ऽ ऽ'

'तुम्हाला या जंतूंची लागण कशी झाली ती आठवतीय ?'

'नाही बुवा ?'

'तुम्हाला एक हस्तीदंती छोट्या पेटीचं एक पार्सल आलं होतं ! आठवतंय ? तुम्ही ती उघडलीत आणि...त्यात एक स्प्रिंग होती. त्या स्प्रिंगचा फटका तुमच्या हातावर बसला. बघा तुमच्या हातावर लाल व्रण असेल ?'

'अगदी खरंच तसंच झालं. मग मला अर्ध्या तासांनी चक्कर आली. संध्याकाळचं जेवणही उलटून पडलं. मला बोलवत नाही हो जास्त...माझा आवाज क्षीण होतो आहे.'

त्याच्यापुढचं बोलायला मी मार्टीनला बोलावतो.

होम्सनी हाक मारली, 'मार्टीन, तूच बोल रे बाबा स्मिथसाहेबांशी.'

'कोण मार्टीन ?'

'इन्स्पेक्टर मार्टीन. मीच तो.'

'तुम्ही इथं ?'

'हो, कॉटखालीच मी लपलो होतो. तुमचं सगळं बोलणं मी ऐकलं आहे. आपल्या पुतण्याच्या खूनाबद्दल मी तुम्हाला ताब्यात घेतो आहे. थँक्स होम्स !'

मीही कपाटातून बाहेर आलो. स्मिथसाहेबांचा चेहरा मात्र पाहण्यासारखा झाला होता.

'म्हणजे तुम्ही आजारी नव्हता ?'

'छे छे, माझ्याकडे आलेलं प्रत्येक पार्सल मी अधाश्यासारखं उघडत नाही स्मिथसाहेब. इन्स्पेक्टर मार्टीन पुरावा म्हणून ही हस्तीदंती पेटी ताब्यात घ्या.'

'हे चेहऱ्यावरचे फोड, ओठावरचे डाग....?'

'अहो ते मेण लावलं आहे स्मिथसाहेब. आता मी माझा पाईप ओढू का ?'

असं म्हणून होम्स हसायला लागला.

मार्टीन आपल्या गुन्हेगाराला घेऊन गेले.

होम्स, माझ्याकडे पहात अत्यंत जिव्हाळ्यानं म्हणाला, 'सॉरी वॉटसन, या सगळ्या प्रकारात तुला, मिसेस हडसन यांना खूप त्रास झाला. विशेषतः तुला ?'

'कमाल आहे तुझी होम्स ! मी सुद्धा तुझे हे आजारपण

ओळखू शकलो नाही. मग हडसन बाईंनी ओळखलं नाही, यात नवल ते कुठलं !'

'वॉटसन, मी तुझी मनापासून माफी मागतो. तुझं माझ्यावर किती प्रेम आहे, हे नकळत तू सहज सिद्ध केलंस ! मला तुझा अभिमान वाटतो.'

'इट्स ऑल राईट होम्स ! पण पुन्हा अशी जीवघेणी थट्टा करू नकोस ! मनाला फार वेदना होतात !'

'सॉरी वॉटसन. आता मस्तपैकी आपण एखाद्या चांगल्या हॉटेलमध्ये जाऊन डिनर घेऊ या. गेले चार दिवस मी खरोखरीच काही खाल्लेलं नाहीये.'

असं म्हणून होम्सनी आपला पाईप पेटवला आणि तो नेहमीप्रमाणे धुरांच्या वलयात हरवून गेला. मी मात्र त्याच्याकडे अचंबित होऊन पहात होतो. कारण अजूनही मी त्या प्रसंगातून बाहेरच आलो नव्हतो !

****

६

लेडी फ्रान्सीसचे गूढ

प्रिय होम्स,

नॅशनल पार्क हॉटेल जवळील एका सुंदर निळ्याशार सरोवराजवळ मी उभा आहे. अगदी निसर्गाच्या कुशीत. इथले सौंदर्य पाहण्यासाठी तू सोबत हवा होतास, असं मला सारखं वाटतं आहे. इतकंच नव्हे तर ग्रेट बेअर सरोवराचं सौंदर्य पाहताना, तू तुझा लाडका पाईपही ओढायचंही विसरशील, याची मला खात्री आहे. इथं खूप वृक्ष आहेत आणि वसंत असल्याने वातावरणात सुगंध आणि विलक्षण उबदारता आहे.

होम्स, इथला निसर्ग खरोखरीच अद्‌भूत आहे. तो मोठ्या संवेदनशीलतेने आणि तरल अवधान देऊन मी पहायला शिकतो आहे. इथली प्रत्येक पहाट हा एक चमत्कारच आहे. इथं आल्यावर मी प्रथमच लवकर उठून पहाटे फिरायला जातो. खरं तर आठ शिवाय बेडमधून न हलणारा माझ्यासारखा आळशी माणूस, असा अचानक कसा काय बदलला, याचं तुला आश्चर्य वाटेल. पण हेच संपूर्ण सत्य आहे.

शहराच्या बिनचेहऱ्याच्या गर्दीतून-कोलाहालातून इथे निसर्गाच्या कुशीत आल्यानंतर मला खऱ्या अर्थाने कळले आणि ते म्हणजे निसर्ग हा आपल्या जीवनाचा, चैतन्याचाच एक भाग आहे. म्हणूनच प्रत्येक दिवसाच्या सौंदर्याला आपण जागे राहिले पाहिजे.

सूर्यास्ताच्या वेळचा उबदार वारा अंगावर घेत, मी इथं सरोवरच्या काठी, एका छोट्याशा खडकावर बसलो आहे. माझ्या मनात विलक्षण शांतता आहे. इतकी की मनात झाडाचे एकही पान हालत नाहीये. अशा या नि:शब्द मनाने मी सूर्यास्त अनुभवत आहे. यातच एक शिडाची होडी पाण्यावर चमकणाऱ्या किरणांतून वाट काढत माझ्याच दिशेने येताना दिसते. त्या चमकणाऱ्या पाण्याच्या तरंगातून आपली वाट काढत येणारी ती होडी आणि त्या होडीत उभी असलेली स्त्री मी पाहतो आहे. तिच्या चेहऱ्यावर विलक्षण आनंद आहे आणि मुख्य म्हणजे तो आनंद तिच्या डोळ्यांतून व गुलाबी गालावरुन वाहतो आहे.

ती होडी अगदी माझ्या जवळ येऊन थांबली. शिडाच्या त्या होडीतली ती स्त्री ही दुसरी-तिसरी कोणी नसून लेडी फ्रान्सीस आहे. ती माझ्याकडे पाहून हसली आणि मीही तिला मोठ्या अदबीनं प्रतिसाद दिला. इतकंच नव्हे तर होडीतून जमिनीवर उतरायला हातही दिला. ती हसत हसत *थँक्स* म्हणाली. तिच्या बोलण्याचा, त्याच्या नादाचा परिचय अगदी अलीकडचा. म्हणजे गेल्या चार - पाच दिवसांतला.

'डॉ. वॉटसन, ह्या सरोवरच्या कुशीतच मी वाढले, मोठी झाले. त्यामुळे मी जगाच्या पाठीवर कुठंही असले तरी प्रत्येक वसंतात न चुकता इथं येते. या सरोवराची माझ्याशी असलेली नाळ

तुटता तुटत नाही.'

'खरं आहे. तुमचं तर बालपण या सरोवराकाठी गेलं. पण गेले चार दिवस मी मात्र या सरोवराकाठीच मुक्काम ठेवून आहे. खरं सांगतो, इथल्या परिसरानं, या सरोवरानं माझं मन जिंकून घेतलं आहे. आजपर्यंत मी खूप हिंडलो आहे, पण इतके सुंदर सरोवर मी कुठंच पाहिलं नाही. मी माझ्या मित्राला, शेरलॉक होम्सला हेच आत्ता कळवतो आहे.'

'आज रात्रीच्या डॉ. श्लेंजर यांच्या व्याख्यानाला तुम्ही येणार आहात ना ?'

'कुठे आहे ते ?'

'आपल्या हॉटेलच्या कॉन्फरन्स हॉलमध्ये. फारच ओघवती वाणी आहे त्यांची. त्यांचे विचार ऐकले की मन विलक्षण अंतर्मुख होतं. माझं एकटंपण पार पळून जातं आजवरचे त्यांचे सामाजिक कार्य ऐकून मी तर भारावूनच गेले आहे. आजचा विषय आहे *प्रार्थनेचे महत्त्व आणि ध्यान* !'

'यू कॅरी ऑन मिस फ्रॅन्सीस !'

'बाय डॉक्टर !' अस म्हणत ती जायला वळाली. दोन-तीन पावलं गेली नसेल तर तिची नजर एका घोडस्वारावर पडली. त्याचं वर्णन करायचं तर तो विलक्षण रासवट आणि दाढी वाढवलेला गृहस्थ होता. जो वरच्या उतारावरुन खाली सरोवरच्या दिशेनं येत होता. त्याला पाहताच मिस फ्रान्सीस दचकली, घाबरली आणि दुसऱ्या क्षणी ती हॉटेलच्या दिशेनं पळत सुटली. मला काहीच कळेना. मी तिला काही मदत हवी असेल, म्हणून हाकाही मारल्या. पण व्यर्थ ! ती दिसेनासी होईपर्यंत तो दाढीवाला गृहस्थ तसाच

घोड्यावर बसून होता. मला तो प्रथम दर्शनीच आवडला नाही. केवळ मिस फ्रान्सीसला त्रास दिला म्हणून नव्हे, तर त्याचे व्यक्तिमत्त्व विलक्षण राकट व आक्रमक वाटलं मला. काही क्षणानंतर तो गृहस्थ निघून गेला. त्या क्षणी मला मिस फ्रान्सीसची खूप काळजी वाटली.

फ्रान्सीस कारफॅक्स बद्दल सांगायचं तर तिच्या बोलण्याला एक नाद आहे आणि शब्दांना लय. दिसायला ती कमालीची देखणी आहे, यात शंकाच नाही. ऐन तारुण्यात तर ती अतिशय सुंदरच दिसत असणार ! आता चाळीशीला आलेली ही तेजोमयी स्त्री अविवाहित कशी राहिली, याचं मला विलक्षण आश्चर्य वाटतं होम्स! तशी ती रफ्टेन नावाच्या सरदार घराण्यातली.

या घराण्याची ती एकुलती एक वारसदार आहे. तसा तिचा एक चुलत भाऊ आहे. तो या इस्टेटीचे व्यवस्थापन बघतो. सहसा आजवर मला कुठल्याच स्त्रीची भुरळ पडली नाही पण मिस फ्रान्सीसनं मला का कुणास ठाऊक आकर्षित केलं. अर्थात त्या अर्थानं मी म्हणत नाही. पण जीवनाचा, निसर्गाचा मनमुराद आनंद लुटणारी ती एक रोमँटिक स्त्री वाटली मला. होम्स, ती जगभर फिरलेली आहे. अनेक उंची हॉटेल्समधून ती राहते. तिच्या नावावर अत्यंत मौल्यवान आणि विलक्षण किंमती असे काही हिऱ्यांचे दागिने आहेत की जे कधी कोणाला पहालाही मिळणार नाहीत. मुख्य म्हणजे ती सगळं हे आपल्या जवळ बाळगत फिरते. ती जिथं जिथं जाते तिथं ती सगळे दागिने आपल्या बरोबर घेऊन फिरते. बँकेवर तिचा विश्वास नाहीये. बँकेवरच काय पण कुणावरच तिचा विश्वास नाहीये. खरं तर मला हे त्या हॉटेलच्या व्यवस्थापकानं सांगितलं. मॉसेर त्याचं नाव. आता आपण इतके गुन्हेगारी विश्वाशी संबंधित आहोत

की....एक क्षण मनात विचार आला, तिच्या बाबतीत कधीही आणि काहीही घडू शकतं !

या विचारानं मी पोखरला जातोय होम्स.

प्रिय होम्स,

आज एक खूपच मजेशीर घटना घडली. खरं तर ती कळविण्यासाठीच हे पत्र मी तुला लिहितोय.

मी माझ्या मागच्या पत्रात तुला मिस फ्रान्सीस विषयी विस्तारानं आणि भारावून लिहिलं होतं. केवळ मीच नव्हे तर हॉटेलमधील प्रत्येक जण तिच्या व्यक्तिमत्त्वाविषयी विलक्षण उत्सुक व कुतूहलजन्य आहे. तिच्या चेहऱ्यावरचं तेज आणि तिचा उत्साह पाहताच प्रत्येकाच्या चेहऱ्यावर नकळत हसू येतं.

आजचीच गोष्ट. नेहमीप्रमाणे सायंकाळी मी सरोवराकाठी त्या नेहमीच्या खडकावर बसलो होतो. क्षितिजावर माझी नजर खिळलेली. वरच्या अंगाला डॉ. श्लेंजर आपल्या व्हील चेअर मध्ये बसले होते आणि त्यांच्या मागे त्यांची पत्नी उभी होती.

होम्स, तुला सांगायचंच राहिलं की श्लेंजर हे पायानं अधू झाले आहेत. ते पूर्वी सैन्यात होते. युद्धाच्या वेळी त्यांच्या पायात तीन गोळ्या गेल्या आणि त्यामुळे...इथं लोकांना त्यांच्याविषयी विलक्षण सहानुभूती व प्रेम वाटतं आहे. मुख्य म्हणजे काल त्यांनी दिलेले प्रवचन, मला जरी फारसं रुचलं नसलं तरी हॉटेलमधील प्रत्येक जण त्यांच्या प्रवचनानं व व्यक्तिमत्त्वानं भारावलेला आहे.

विशेषत: मिस फ्रान्सिस तर कमालीची वेडी झाली आहे. तिला कालचं प्रवचन तर फारच आवडलं. तिनं त्याच्या काही नोट्स काढल्या आणि ती ते सर्व आता लिहून काढत आहे. इथल्या कुठल्यातरी मासिकाला डॉ. श्लेंजर यांचा लेख ती देणार असल्याचं मला काल म्हणाली.

एकूणच डॉ. श्लेंजर हे आमच्या हॉटेलमधील सर्वात प्रभावी आणि परिणामकारी व्यक्तिमत्त्व आहे. आज ते एकदम हिरोच ठरले. मलाही त्यांचा क्षणभर अभिमान वाटला.

काय झालं ते तपशीलवार सांगतो. मी माझ्या जागेवर, सरोवराकाठी बसलो होतो. संध्याकाळचा सूर्यास्त मला माझ्या डोळ्यात साठवून ठेवायचा होता. मी माझ्या तंद्रीतच बसलो होतो. अचानक माझी तंद्री भंग पावली ती मिस फ्रान्सीसच्या आगमनाने. ती वाऱ्याच्या झोतासारखी आली आणि तिनं आपल्या शिडाच्या होडीचे बंध सैल केले. जाताना ती नेहमीप्रमाणे माझ्याकडे पाहून हसली. मीही तिला प्रतिसाद दिला.

तुला सांगतो ती काही अंतरावर गेली असेल तेवढ्यात तिची होडी कलंडली आणि मिस फ्रान्सीस पाण्यात कलंडली. ते दृश्य पाहताना मला दरदरुन घाम फुटला. तुला माहित आहे की मला पोहता येत नाही. तिकडे वरच्या अंगाला डॉ. श्लेंजर व्हील चेअरवर सरोवराकडे तोंड करुनच बसले होते. नेहमी शांत व काहीसे अबोल असणारे ते व्यक्तिमत्त्व या दृश्याने मात्र विलक्षण अस्वस्थ झाले. त्यांनी मदतीसाठी हाकाही मारल्या. पण आसपास कोणीच नव्हतं.

एके क्षणी डॉ. श्लेंजर यांनी मनाचा हिय्या केला असावा. त्यांनी व्हील चेअर स्वत:च पुढे नेत त्यासह पाण्यात उडी घेतली.

मला विलक्षण काळजी वाटली. अपंग झालेला माणूस तिला कसं वाचवणार आहे, या चिंतेनं मी विलक्षण अस्वस्थ झालो.

पण तुला सांगतो होम्स, हाताने-मजबूत खांद्याने व एका पायानं ते पोहत पोहत, मिस फ्रान्सीसपाशी पोचले आणि त्यांनी तिला अखेर वाचवलं. तेही मोठ्या प्रयत्नांनी. मग माझाही जीव भांड्यात पडला.

डॉ. श्लेंजर यांनी तिचा जीव वाचवला होता. त्यामुळे मिस फ्रान्सीसला आता त्यांच्याविषयी आणखीनच आदर वाटायला लागला. खरं तर आज संपूर्ण हॉटेलमध्ये केवळ हाच विषय चर्चेला होता.

संध्याकाळी बऱ्याच उशीरा मी हॉटेलवर परतलो. प्रवेशद्वाराजवळच मिस फ्रान्सिस मला दिसली. ती डॉ. श्लेंजर यांच्याकडेच पहात होती. पण तिचा चेहरा काहीसा पडलेला होता.

एके क्षणी ती मला म्हणाली, 'डॉ. श्लेंजर हे मला टाळायचा प्रयत्न करीत आहेत. मी खरं तर त्यांच्याशी दोनदा बोलण्याचा प्रयत्न केला पण...?'

'अहो, ते आपल्या आजच्या मिशनरी प्रवचनाच्या तयारीत किंवा त्यांच्या मुडात असतील !'

'असेलही कदाचित ! बरं ते जाऊ दे. आज तुम्ही त्यांच्या प्रवचनाला येणार आहात ना ? आज ते ध्यानावर (मेडीटेशन) बोलणार आहेत. काल ते म्हणाले की शांती आणि आत्मसुख या जीवनात सर्वात महत्त्वाच्या गोष्टी आहेत. त्या मिळवायच्या तर जन्मजात बुद्धीला परिपक्व व्हावं लागेल आणि ही परिपक्वता

सद्भावाच्या-चांगुलणापणातल्या जगण्यातून आकाराला येते.'

होम्स, आमचं बोलणं चालू होतं, तेव्हा डॉ. श्लेंजर आतून बाहेर आले. त्यानी हॉटेलच्या काऊंटरवरुन काही पत्रे घेतली आणि ते पुन्हा आपल्या रुमकडे जायला लागले. अर्थात व्हील चेअरवरुन. त्यांची पत्नी ही त्यांच्या सोबत मागे होतीच.

ते पाहताच लेडी फ्रान्सीसनी त्यांना सहजपणे हाक मारली. ते थांबले. त्यांनी आपली व्हील चेअर तिच्या दिशेनं वळवली आणि ते मनापासून तिच्याकडे पाहून हसले.

'बोला, लेडी फ्रान्सीस मी काय सेवा करू आपली ?'

'छे छे, उलट मीच कालच्या तुमच्या व्याख्यानाच्या नोट्स काढून त्याचा लेख तयार केला आहे. तुम्ही तो एकदा नजरेखालून घाला म्हणजे मग आपल्याला तो इथल्या एका मासिकाला देता येईल !'

'थँक यू मिस फ्रान्सीस ! आज तुम्ही येणार आहात ना ?'

'ऑफकोर्स !'

असं म्हणत ते दोघं तिथल्या एका टेबलावर, त्या लेखावर चर्चा करीत बसले. फ्रान्सीस मात्र त्यांचा शब्द न शब्द ऐकत होती आणि मुख्य म्हणजे त्याची टिपणं काढत होती.

मीही त्यांच्याच अलीकडच्या टेबलावर कॉफी पित बसलो होतो आणि त्या रासवट घोडेस्वाराचा विचार करीत होतो.

सकाळची दहाची वेळ. मी हॉटेलच्या दर्शनी हॉलमध्ये पेपर वाचत बसलो होतो. खरं तर मी माझ्यात तंद्रीत होतो. त्यामुळे मिस

फ्रान्सीस तिथं कधी आली आणि जवळच्या खिडकीपाशी कधी येऊन उभी राहिली, हे माझं मलाच कळलं नाही. एके क्षणी वर्तमानपत्राचं पान उलटताना माझं लक्ष तिच्याकडं गेलं.

अभावितपणे मी माझ्या हातातला पेपर बाजूला ठेवला आणि तिच्यापाशी गेलो आणि विचारलं, 'कसलं चिंतन करता आहात ? का आज डॉ. श्लेंजर यांच्या जागी तुम्हीच लेक्चर देणार आहात ?'

'छे हो, माझा कुठला एवढा अभ्यास ! डॉ. वॉटसन, तुम्ही कालचं लेक्चर चुकवलंत. सिम्पली ग्रेट. डॉ. श्लेंजर इतरही बरंच काही समाजकार्य करतात हे मला माहित नव्हतं. दीन-दुबळे, अनाथ मुलं यांच्यासाठी ते सतत कार्यरत असतात. आजवर त्यांनी कित्येक हजार पौंडांची मदत गरजूंना केली आहे. मला हे नीटसं माहित नव्हतं. आजच कळलं. ते ऐकून मी उडालेच.'

आम्ही दोघं बोलत असताना दर्शनी दरवाज्यातून एक माणूस आत आला. अर्थात माझी दरवाज्याकडे पाठ असल्याने मला तो दिसला नाही. पण त्याला पाहताच मिस फ्रान्सीस चवताळली आणि किंचाळली, 'लिव्ह मी अलोन !'

मी चमकून मागं पाहिलं तर तोच दाढी वाढवलेला घोडेस्वार होता. पण आता तो आत हॉटेलमध्ये आला होता. त्याला पाहताच इतकी तीव्र प्रतिक्रिया फ्रान्सिसने द्यावी, हे मला विलक्षण चिंतेचं वाटलं. मी त्या तरुणाच्या मागे गेलो आणि त्याच्याशी बोलण्याचा प्रयत्न केला. पण त्यानं माझ्याकडे संपूर्ण दुर्लक्ष करीत तो निघून गेला आणि मी हतबल होऊन त्याकडे पहातच राहिलो.

होम्स माझ्या मनात आलं की फ्रान्सीस याला एवढं का

घाबरते ? ह्यात निश्चित काहीतरी रहस्य असणार ! पण काय ते मला कळलंच नाही. प्रत्यक्ष मिस फ्रान्सीसला विचारायचं मी मनाशी निश्चित केलं. ती दुपार तशीच गेली.

संध्याकाळी मी नेहमीप्रमाणं सरोवराकडे फिरायला गेलो. आता माझा इथला मुक्काम लवकरच हलणार असल्याने, मी इथलं सौंदर्य जेवढं शक्य आहे, तेवढं मनात साठवण्याचा प्रयत्न करीत होतो. संध्याकाळी बऱ्याच उशीरा मी परतलो.

हॉटेलमध्ये माझ्या रुमकडे जात असताना मला जोरजोरात भांडण्याचे सूर ऐकू येऊ लागले. मिस फ्रान्सीसच्या रुमचा दरवाजा उघडा होता. फ्रान्सीस आणि तिचा चुलत भाऊ, जॉन कारफॅक्स यांच्यात जोरदार वादविवाद चालू होता. नंतर हॉटेलच्या मॅनेजरकडून मला कळलं की हा जॉन त्यांच्या सर्व इस्टेटीचं व्यवस्थापन पाहतो. त्यांच्यात झालेला आणि माझ्या कानावर आलेला संवादाचा तुकडा असा आहे होम्स ....

'मी तुला मृत्यूपत्रात नमूद केलेल्या रक्कमेइतकीच रक्कम देणार, समजलं ! फ्रान्सी, तू भलत्याच गोष्टीचा आग्रह धरू नकोस.'

'अरे पण जॉन मी पुढल्या माहिन्यात कुठं असेल मला माहित नाही. दर तीन महिन्याला असे हात पसरण्यापेक्षा तू मला एकदम, माझ्या वाटणीची रक्कम का देत नाहीस ?'

'मला ते शक्य नाही !'

'का ? मी तुझ्यापुढे प्रत्येक वेळी असं लाचार व्हावं, असं

तुला वाटतं का ? प्रत्येक वेळेला मला इथं यायला जमेलच असं नाही जॉन !'

'फ्रान्सी, अगाऊपणा करू नकोस, ते पैसे तुझेच आहेत आणि ते तू मुर्खासारखं उधळते आहेस. तुला कुठलही ताळतंत्र नाही. अनेक उंची हॉटेल्समध्ये तू राहतेस. तुझा हा श्रीमंती थाट आणि त्याचं प्रदर्शन एकदा तुला नक्कीच गोत्यात आणणार आहे.'

'म्हणजे ?'

'तुझ्या वाट्याला आलेले दागिने तर तू घेतलेस. ते अत्याधुनिक अलंकार हे फ्रान्समधले आहेत. आपल्या खानदानाचा तो अमूल्य ठेवा आहे फ्रान्सी. त्याचं मूल्य तुला या आयुष्यात कधीच कळणार नाही! कारण त्यासाठी तू कुठलेही कष्ट घेतलेले नाहीस. वेडे, अग त्या प्रत्येकाची किमान किंमत हजारो पौंडांच्या घरात आहे.'

'जॉन मी आता लहान राहिलेली नाही, हे लक्षात ठेव. तुम्ही सर्वांनी माझं आयुष्य नासवून टाकलं आहेस. पंधरा वर्षे झाली. मी काही करायला लागले की तू माझे पाय मागे खेचतोस. आय ॲम फेडअप !'

'सुखासुखी गळा काढायला तुला काय जातंय ! तारुण्यात असताना एका भणंग तरुणाच्या प्रेमात पडलीस. दारु, हाणामारी आणि सातत्याने जुगार खेळणारा तो तुझा मित्र, त्याच्याशी लग्न करायला तू निघाली होतीस !'

'तुमच्यामुळेच तो अधिकाधिक बिथरला.'

'माझ्यामुळे ?'

'ते काहीही असो. मला एकरकमी पैसे तू देणार आहेस की नाही सांग ?'

होम्स हा संवाद चालू असताना त्यांच्या दरवाज्याचं एक दार उघडं होतं. एके क्षणी फ्रान्सीसला त्याचं भान आलं आणि तिनं तो दरवाजा आतून लावून घेतला. त्यामुळे पुढं काय घडलं, ते मला कळलं नाही. मला ऐकू आला तो हा असा अर्धवटचा संवाद !

या प्रसंगानंतर मला लेडी फ्रान्सीस कुठेच दिसली नाही. मी पार हबकून गेलो आहे. त्या घोडस्वारानं वा अन्य कोणी, तिचं बरं वाईट केलं ? का तिचा चुलतभाऊ जॉनच तिच्या गायब होण्याला कारणीभूत आहे? बरं होम्स, त्याच दिवशी रात्री डॉ. श्लेंजर, पती-पत्नी लंडनला गेल्याचं मला कळलं !

होम्स, मला लेडी फ्रान्सीसची विलक्षण काळजी वाटते आहे. म्हणूनच तुला ही पत्रे लिहिली आणि तारही केली. तू त्वरित निघ. मला तुझ्या मदतीची फार गरज आहे

तुझा,

डॉ. वॉटसन

होम्स आल्या आल्या, तिथल्या सरोवराची आणि आसपासच्या जागेची, आम्ही दोघांनी पुनः पुन्हा कसून पाहणी केली. त्या अगोदरच तिथल्या पोलिसात मी नोंद केली होतीच. कारण हॉटेलच्या मॅनेजरलाही तिच्या गायब होण्याबद्दल काहीही माहित नव्हतं. तिच्या खोलीतलं सामानही इतस्ततः विखुरलेलं होतं.

होम्स, मला म्हणाला, 'आपण जॉन कारफेक्सची गाठ घेऊ.'

जॉनला इथं ह्या छोट्याशा गावांत खूपच सन्मान होता. जॉन आपला खानदानी रुबाब व काहीसा पैसा राखून होता.

मी होम्सला म्हटलं, 'लेडी फ्रान्सीसच्या मृत्यूनंतर सगळी इस्टेट जॉनलाच मिळणार होती.'

आम्ही दोघांनी जॉनच्या भव्य राजवाडी प्रासादाला भेट दिली. जॉन आधी भेटायला तयारच नव्हता पण होम्सचं नाव ऐकताच तो तयार झाला. आता सगळी सूत्रे मी होम्सच्या ताब्यात द्यायचं ठरवलं. कारण मला सगळ्या स्तरांवर अपयशच येत होतं. मुख्य म्हणजे फ्रान्सीसच्या काळजीनं माझं मन त्रस्त होतं.

होम्सबरोबर झालेला जॉनचा संवाद असा होता.

'तुमचं हॉटेलमधील भांडण झाल्यानंतर ती गायब झाली आहे. जॉन हे प्रकरण विलक्षण गंभीर आहे.'

'ती इथेच कुठेतरी भटकत असेल, ह्या हॉटेलमध्ये नाहीतर दुसऱ्या देशांत. फ्रान्सीला गंभीरपणे घेण्यासारखं काहीही नाही.'

'ती तुझ्याकडे कशाला आली होती ?'

'तिला एक रक्कमी पैसे हवे होते.'

'तू दिलेस ?'

'मी दिले नाही म्हणून तर सगळं भांडण आहे. आत्ता पर्यंत तिनं असा हट्ट कधी धरला नव्हता ! याचा अर्थ एक तर तिला देश सोडायचा असावा, नाहीतर माझ्याशी काही संबंध ठेवायचे नसावेत. कारण दर तीन महिन्याला पैसे माझ्याकडे मागायला तिला कमीपणा वाटायचा !'

'तिला जो वाटा मिळाला त्यात किंमती दागिने आहेत ?'

'किंमती...तिच्या रक्कमेचा अंदाजदेखील त्या वेड्या मुलीला नाहीये. अत्याधुनिक फ्रेंच डिझाईनचे ते दागिने आहेत. हे बघा..' असं म्हणून जॉनन एक दागिन्याचं पुस्तकच होम्सच्या हातात ठेवलं. त्यात प्रत्येक दागिन्याचं डिझाइन होतं.

काही क्षणानंतर जॉन होम्सला म्हणाला, 'मी एक रक्कमी पैसे दिले नाही, तर हे दागिने विकेन असं ती म्हणाली! आमच्या खानदानाचं हे वैभव आहे. हे वैभव या मठ्ठ मुलीला कोण सांगणार ?'

'मग तुम्ही तिला एकरक्कमी पैसे दिले ?'

'नाही.'

'नक्की ?'

'अगदी नक्की.'

'जॉन, एक तरुण तिच्या नेहमी पाळतीवर असतो, तो कोण आहे ? तिला पाहताच ती विलक्षण घाबरते.'

'तो फिलिप्स ग्रीन आहे. तरुणपणी अत्यंत लोफर होता. दारु, जुगार तसेच गुंडगिरी यांनी त्याचं तारुण्य व्यापलं होतं आणि नासवलं होतं. त्याच्या प्रेमात ही. लग्नही करायचं होतं तिला.

मग काय...मी माझ्या माणसांकरवी त्याला येथून पिटाळला. अर्थात त्यासाठी त्याला मी काही पैसेही दिले. तो ऑस्ट्रेलियाला गेला नंतर. पण मला त्याच्याबद्दल विशेष माहिती नाही. फ्रान्सी दर वसंतात नॅशनल हॉटेलमध्ये येते, हे त्याला बहुधा कळलं असावं. या वर्षी तो इथं आलेला दिसतोय. पण आता मात्र तिला त्याचं तोंड पहायचं नाहीये. ती त्याच्या प्रेमातून संपूर्णपणे बाहेर पडली आहे.'

'ते दागिने तिनं कुठं ठेवले असावेत ? नॅशनल हॉटेलचा

मॅनेजर तर म्हणतो की हे सगळे दागिने ती आपल्या सोबत बाळगते. पण मला शंका वाटते. मुख्य म्हणजे मला ते तुझ्या तोंडून ऐकायचं आहे जॉन !'

'होम्स, मी हे मी तुम्हाला नाही सांगू शकत !'

'ते कळणं फार गरजेचं आहे जॉन. फ्रान्सीस गायब झालेली आहे. का आणि कशी कुणालाच माहित नाही. मुख्य म्हणजे तिच्या जीवाला जबरदस्त धोका आहे. जॉन इथून पुढची सगळी सूत्रे त्या दिशेनं हलणार आहेत. ते जर तू सांगितलं नाहीस तर मग लेडी फ्रान्सीस तुला थडग्यातच मिळेल.'

'काय बोलता आहात होम्स ?'

'मी खरं तेच सांगतो आहे. मी पुन: पुन्हा तुला सांगतो आहे की तिचं गायब होणं, हे एक विलक्षण गूढ आहे आणि ते उकलायला आपल्याला त्यामुळे मदतच मिळेल. कारण ते दागिने ती काढायचा प्रयत्न करणार आणि....? प्लीज जॉन, तिच्या सुरक्षिततेसाठी हे आवश्यक आहे. त्या दिशेनं मला काही शोध घेता येईल.'

क्षणभर जॉन थांबला आणि म्हणाला, 'ऑक्सफर्ड लम्बा गोल्ड बँकेत ते आहेत.'

'थँक यू जॉन !'

आमचं पुढलं मिशन होतं, ऑक्सफर्ड लंम्बा गोल्ड बँकेचं. आम्ही त्या बँकेत गेलो. सकाळचे सव्वा दहा वाजले होते. होम्स त्या मॅनेजरला भेटायला गेल्यामुळे मी बाहेर तिथेच आतल्या बाजूला, गॅलरीत उभा होता. अचानक मोठ्या दरवाजातून फिलिप्स ग्रीन येताना

मला दिसला. का कुणास ठाऊक त्याला पाहताच माझ्या डोक्यात एकदम तिडीक गेली. मी तरातरा जिना उतरुन खाली आलो आणि त्याची कॉलर मी त्वेषानं धरली आणि विचारलं, 'लेडी फ्रान्सीस कुठे आहे ?'

माझ्या प्रश्नानं तो विलक्षण चकित झाला. इतकंच नव्हे तर त्यानं मला सहजपणे बाजूला ढकलून देत तो पुढे जात राहिला. मी धावत जाऊन त्याच्या पायाला मिठी मारली आणि त्याला पुढे जाण्यापासून रोखले. आता मात्र तो आणखीनच भडकला.

एवढ्यात वरुन 'वॉटसन ऽ ऽ' अशी हाक मारत होम्स खाली आला. तोपर्यंत बँकेतले इतरही लोक व सुरक्षा रक्षक जमा झाले. होम्सनी मला बाजूला नेत सांगितलं, 'मीच फिलीप्स ग्रीनला इथं बोलवलं आहे. चला आपण हॉटेलवर जाऊ !'

काही वेळानंतर आम्ही तिघे जण नॅशनल हॉटेलवर परतलो. आमच्या रुममध्ये आल्यावर मी ग्लासभर थंड पाणी घेतलं. मी स्वत:ला जाणिवपूर्वक शांत करीत होतो.

पलीकडे एका कोचावर फिलिप्सही मान घालून बसला होता. या सगळ्या प्रकाराने मी विलक्षण अस्वस्थ झालो होतो. मी फिलिप्सला म्हटलं, 'आय ॲम सॉरी, मला क्षमा करा ! मिस फ्रान्सीस अशी अचानक गायब झाल्यामुळे माझा तोल गेला.'

'नाही डॉक्टर, तुमची काही चूक नाही. मीही तिचाच शोध घेतो आहे. गेले पंधरा वर्षे तिला शोधतो आहे. पंधरा वर्षापूर्वी ऐन

तारुण्यात आम्ही एकमेकांच्या प्रेमात पडलो होतो. तेव्हा मी अगदीच दिशाहीन जगत होतो. वाट्याला आलेलं आयुष्य उळधत होतो. माझे मित्रही अगदीच लोफर होते आणि त्याच्या नादानं मी....आज विचार करतो तेव्हा माझी मलाच लाज वाटते. दारू, जुगार खेळणं, तास न तास शिडाच्या होडीतून भटकणं....काय नाही केलं मी त्या वयात ! फ्रान्सीनं मला खूप समजावलं पण...? अखेरीस व्हायचं तेच झालं. जॉननं, तिच्या मोठ्या भावानं मला या गावातून हुसकावून लावलं. मला हातावर काही पैसे ठवेले आणि मग मी ऑस्ट्रेलियात गेलो. जाताना आम्ही दोघांनी अविवाहित राहण्याच्या खूप आणाभाका घेतल्या. आता परत यायचं ते काहीतरी बनूनच, असा निश्चय मी मनाशी केला. एक ट्रॅव्हल एजन्सी काढली. सुदैवानं धंदा खूपच चांगला चालला आणि भरपूर कमाई मी केली. एकुलता एक असल्यामुळे वडिलांची इस्टेट मलाच मिळाली. सैन्यातले वीरचक्र मिळालेले मेजर ग्रीन माझे वडीलच आहेत.

पण मधल्या काळात पंधरा वर्षे गेली. फ्रान्सीही अविवाहित असल्याचं मला कळलं. ती लॉसेनला आल्याचं मला कळलं. मी तिला लग्नाबद्दल आणि आत्तापर्यंतच्या वाटचालीबद्दल सविस्तर व विस्तारानं सांगितल पण आता या वयात तिला लग्न करायचं नव्हतं. तिनं मला स्वच्छ शब्दांत नकार दिला. मी तिला खूप समजाऊन सांगण्याचा प्रयत्न केला पण ?

ती दर वसंतात इथं ग्रेट बेअरला येते, मला माहित होतं. म्हणून मी इथं आलो. मला तिचं मन पुन्हा वळवायचं होतं. पण आता तिला आता मागे वळून पहायचे नाहीये.

ज्या दिवशी जॉनचं तिच्याशी भांडण झालं, त्याच दिवशी

मीही तिला भेटलो. लग्नाबद्दल मी तिला पुन्हा विनंती केली. पण तिचा निर्धार कायम होता. तिला आता अधिकाधिक ख्रिस्ती धर्म प्रसाराचं व उपदेशाचं कार्य करायचं आहे. आता आपण मन:शांतीसह आत्मसुखासाठी उरलेलं आयुष्य देणार असल्याचं ती म्हणाली.'

ते ऐकताच होम्स ताडकन उठला आणि म्हणाला, 'वॉटसन हडसन बाईंना फोन कर आणि म्हणावं उद्या सकाळच्या नाष्त्याला आम्ही बेकर स्ट्रीटवर असू !'

होम्सनी पाईप काढला आणि पेटवला. काही क्षण तो शांत राहिला आणि फिलिप्सकडे पहात म्हणाला, 'फिलिप्स आता मला तुझी नितांत गरज आहे. तूही आमच्या बरोबर इंग्लंडला चल ! आता एका थंड पण विलक्षण बुद्धिमान अशा माणसाशी आपली गाठ पडणार आहे. दुर्दैवानं तुमच्या दोघांचही त्याच्याकडे दुर्लक्ष झालेलं आहे. आता आपल्याला त्याच्या भोवतीच फिरावं लागणार आहे. मुख्य म्हणजे आपण त्वरित पावलं उचलली नाहीत तर लेडी फ्रान्सीसच्या जीवाला धोका आहे हे निश्चित !'

'होम्स ?'

'होय फिलिप्स. दुर्दैवानं हेच सत्य आहे. तुझी मला खूप मदत होईल, फक्त आपल्याला त्वरित हालचाल करावी लागणार आहे.'

'होम्स, मी पंधरा वर्षे फ्रान्सीसाठी थांबलो आहे. तिच्यासाठी मी वाट्टेल ते करायला तयार आहे.'

'एका अटीवर फिलिप्स !'

'मला सगळ्या अटी मंजूर आहेत.'

'फिलिप्स, हा वरुन दिसायला अत्यंत नाजूक पण आत

अतिशय क्रूर असलेला मामला आहे. त्यामुळे सौम्यता आणि संयम यांनीच आपल्याला जावं लागेल.'

'मला मान्य आहे होम्स !' फिलिप्स उद्‌गारला.

तेव्हा मी होम्सला विचारलं, 'तू आत्तापर्यंत त्या बुद्धिमान आणि विलक्षण क्ररर मनोवृत्तीच्या माणसाचं नाव नाही सांगितलंस ?'

'त्याच नाव आहे डॉ. श्लेंजर !'

ते ऐकून मी आणि फिलिप्स ताडकन आमच्या जागेवरच उडलो. मी तर विलक्षण हादरलोच. म्हणजे मी याची कल्पनाच करु शकत नव्हतो.

'मला एक सांग वॉटसन, या डॉ. श्लेंजरचा एक कान फाटलेला आहे? त्याच्या कपाळाला उजव्या बाजूला एक मोठी जखम आहे?'

'अगदी बरोबर होम्स !'

'डॉ. श्लेंजर ऊर्फ होली पीटर्स. ॲडलेडचा हा अट्टल गुन्हेगार आता लंडनमध्ये स्थायिक झालेला आहे. त्यालाच आपल्याला शोधायचं आहे. अत्यंत खतरनाक माणूस आहे तो. तो असा निरनिराळ्या उंची हॉटेल्सना भेटी देतो. आपली प्रवचने नियोजित करतो. त्या पाच-सहा दिवसाच्या मुक्कामात तो एकट्या श्रीमंत स्त्रियांना आपल्या जाळ्यात ओढतो. आता फिलिप्स जेव्हा धर्मप्रसाराबद्दल बोलायला लागला, तेव्हाच मला शंका आली की डॉ. श्लेंजर यांनी तिला आपल्या जाळ्यात ओढलं आहे. आता मला लंडन शहर पालथं घालायला लागेल. प्रथम आपल्या शहरातील सगळी सराफाची दुकानं धुंडाळावी लागतील. इन्स्पेक्टर लेसट्रेडला मी अगोदरच कळवले आहे.'

होम्सच्या उद्‌गारावर मी आणि फिलिप्स, होम्सकडे आ ऽ

वासून पहातच राहिलो.

मी होम्सला म्हणालो, 'होम्स हे खरोखरीच माझ्या कल्पनाशक्तीच्या पलीकडेचं आहे. आता माझ्या सारं काही लक्षात येतं आहे. फ्रान्सीस तर डॉ. श्लेंजर यांच्या व्यक्तिमत्त्वाने विलक्षण भारावलीच होती. त्यातच त्यांनी तिचे पाण्यात बुडताना प्राणही वाचवले होते. या कृत्यामुळे तिची सगळी सहानुभूती व विश्वास त्यांनी आपल्याकडे खेचून घेतला. शेवटी शेवटी तर ती प्रत्येक प्रवचनाचे लेख तयार करीत होती. ती पूर्णपणे त्यांच्या कब्जात आली आहे, असं लक्षात येताच डॉ. श्लेंजर दांम्पत्यानी लंडनला परतण्याचा निर्णय घेतला. त्याच रात्री फ्रान्सीसही त्याच्याबरोबरच गेली. फक्त हे कोणाला कळू न देण्याची खबरदारी तिनंच घेतली.'

'वॉटसन, याही पुढं जाऊन तुला सांगतो. आताच मी गोल्ड बँकेच्या मॅनेजरलाही भेटलो.'

'मग ?'

'त्या मूर्ख बाईनं सगळे दागिने बँकेतून काढले आहेत आणि आपलं इथलं खातं बंद केलं आहे. फिलिप्स, फ्रान्सीसनेच आपला थडग्यात जाण्याचा रस्ता दुर्दैवानं खोदला आहे. तेही स्वतःच्याच हातांनी !'

तेव्हा फिलिप्स विलक्षण संतापला आणि म्हणाला, 'होम्स हे फार भयानक आहे. केवळ तुम्हीच होतात म्हणून तुम्ही हे सर्व जाणू शकलात !'

होम्सनी फिलिप्सच्या खांद्याला प्रेमानं थोपटलं आणि म्हणाला, 'फिलिप्स आपण तातडीनं जर हालचाल केली तर काहीच अशक्य नाही. फक्त आपल्या मोठ्या सहनशक्तीची गरज आहे. कुठलंही

महासंकट आलं तरी तू आपला तोल जाऊ देवू नकोस !'

फिलिप्सनी आपली मान हालवली आणि होम्सना पूर्ण संमती दिली. मी तर फिलिप्सला राकट, रासवट, रानटी अशा विशेषणांनी हिणवलं होतं. पण आत्ता त्याच्या डोळ्यात पाणी होतं आणि फ्रान्सीसबद्दल प्रेमही. एकूणच ही केस बघून माझ्या लक्षात आलं की वरुन जसं दिसतं तसं प्रत्यक्षात असतंच असं नाही.

दुपारची दोनची वेळ. होम्सच्या घरी, बेकर स्ट्रीटला मी आणि फिलिप्स, होम्सची वाट पहात होतो. खरं तर आम्ही दोघं अस्वस्थ होतो. सहसा मी इतका भावनाविवश होत नाही, पण या प्रकरणात नकळत मीही हळवा झालो.

तेवढ्यात होम्स आला आणि म्हणाला 'निम्मी लढाई आपण जिंकली आहे. हे बघ.' असं म्हणून होम्सनी एक हिऱ्याचा हार आपल्या कोटाच्या खिशातून काढला आणि तो पुस्तकातल्या डिझाइननुसार आहे की नाही, याची खात्री केली. खात्री होताच होम्सच्या चेहऱ्यावर नेहमीचं हसू आलं.

होम्सनी पाईप पेटवला आणि त्यानं क्षणभर विचार केला. तो फिलिप्सला म्हणाला, 'ज्या सराफाकडे ती बाई, म्हणजेच मिसेस श्लेंजर हा हार विकायला गेली होती. ती आज संध्याकाळी पुन्हा पाच वाजता तिच्याकडे जाणार आहे. तू तिच्यावर लक्ष ठेव आणि तिचा पाठलाग कर. मी त्या सराफाच्या नावाने तुला एक पत्र देतो. तिथं आत तुला बसता येईल. फक्त एक लक्षात ठेव, कुठल्याही परिस्थितीत

आपला तोल जाऊ देऊ नको. स्वत:ला शांत ठेव. जा, काळजीपूर्वक काम कर. तुझ्यावरच आपल्या कामगिरीची पुढली मदार अवलंबून आहे. ये.'

रात्रीचे आठ वाजत आले होते आणि होम्स आपल्या खुर्चीत पाईप ओढत बसला होता. तो विलक्षण अस्वस्थ होता. तेवढ्यात घाईघाईनं फिलिप्स आत आला. पण या वेळी तो विलक्षण बिथरला होता.

'शांत हो फिलिप्स !'

'शांत कसा राहू होम्स ? मी जे डोळ्यांनी पाहिलं ते मला सहन करणं अशक्य आहे. मला जर हे अगोदरच कळलं असतं, तर मी तिला...'

'शांत हो. काय झालं ते तर सांगशील ?'

'होम्स, ती बाई बरोबरच पाच वाजता तिथं आली होती. या वेळी तिनं एक नवा हार आणला होता. त्या हाराची रोख रक्कम त्या मॅनेजरनी तिला दिली. तिचा चेहरा आनंदाने फुलून गेला.'

'मग ?'

'मग काय, मी तिचा पाठलाग केला. पार्लमेंट हाऊसच्या मागे ती राहते. मी तिच्या घरापर्यंत गेलो. ती आत गेली आणि काही क्षणानंतर ती पलीकडच्या दुसऱ्या दरवाजाने बाहेर आली. तेवढ्यात एक घोडागाडी तिथं थांबली. त्यातून त्या दोन माणसांनी कॉफिन बाहेर काढली आणि ते दोघे कॉफीन ठेवायला आत गेले.'

ते एकताच होम्सचा चेहरा खरंकन उतरला. तो आपल्या खुर्चीतून उठला आणि खिडकीपाशी गेला.

ती शांतता फिलिप्सला असह्य झाली असावी. तो चवताळून होम्सला म्हणाला, 'आता आपल्या त्या घरात घुसायला हवं ! त्या डॉक्टरनी तिला मारलं असणार ! कदाचित त्यांनी तिचं मृत्यूचं खोटं सर्टिफिकेटही मिळवलं असेल. कोण जाणे ! ज्या अर्थी ते उघडपणे हा सगळा अंत्यविधी करणार आहेत त्या अर्थी फ्रान्सी....?'

'शांत हो फिलिप्स !'

'आता मी नाही शांत राहू शकत. माझ्याकडे पिस्तूल आहे. मी आत्ताच त्या घरात घुसतो आणि अख्खच्या अख्ख पिस्तूल त्या दोघांवर रिकामं करतो.'

'त्यानं तुझी फ्रान्सीस तुला परत मिळणार आहे ?'

'मग आपण पोलिस घेऊन जाऊ होम्स ?'

'पण वॉरंटशिवाय आपण काहीही करू शकत नाही फिलिप्स! त्यातून आज शनिवार आहे. कोर्टही बंद झालंय.'

'मग मी काय करावं अशी अपेक्षा आहे होम्स ? मी पंधरा वर्षे तिच्यासाठी थांबलो आहे. उद्या खूप उशीर होईल.'

होम्सनी,फिलिप्सला शांत केलं आणि विचारलं, 'मला एक सांग फिलिप्स, तू आज जे पाहिलंस तेच मला सांगितलं आहेस ना?'

'शंभर टक्के सत्य !'

'मग ही चिठ्ठी घेऊन तू लेसट्रेडला दे. तो त्वरित हालचाल करेल. माझ्यावर विश्वास ठेव. जा पळ लवकर !'

फिलिप्स पळतच गेला. होम्स मात्र विलक्षण चिंतेत दिसला.

तेव्हा मी होम्सला म्हटलं, 'उद्या खूपच उशीर होईल होम्स?'

क्षणभर होम्सनी माझ्याकडे पाहिलं आणि म्हणाला, 'तू आपली पिस्तूल घे. चल. आता आपल्यालाच हालचाल करावी लागणार आहे.'

वीस मिनिटातच आम्ही डॉ. श्लेंजर यांच्या घरापाशी पोचलो. आत सगळीकडे अंधार होता. फक्त तळघरात दिवा जळत होता. होम्सनी दारावरची पितळी कडी वाजवली. मिसेस श्लेंजरनी दरवाजा उघडला. आम्हाला दोघांना दारापाशी बघताच ती क्षणभर चपापली.

'कोण हवं आहे ?'

होम्स उत्तर न देताच आत घुसला. आतून डॉ. श्लेंजर काठीच्या सहाय्याने लंगडत लंडगत बाहेर आले. त्यांनी आम्हा दोघांकडे शांतपणे पाहिलं.

तेव्हा होम्स म्हणाला, 'तुमच्या पायाची खूपच प्रगती झालेली दिसते आहे. व्हील चेअर गेलेली दिसतीय, डॉ. श्लेंजर ऊर्फ होली पीटर्स! ॲडलेडचा एक सभ्य माणूस !'

'कोण आहात तुम्ही ?'

'आम्ही लेडी फ्रान्सीस कारफॅक्सच्या शोधात आहोत.'

'उलट तिचा शोध तुम्हाला लागला तर मला कळवा. कारण माझे शंभर पौंड ती देणं लागते. तिच्या भावानं तिला काहीच पैसे दिले नाहीत, तेव्हा....माझा निरोप तिला सांगा !'

'होली पीटर्स, खूपच चतुर आहात ! अभिनंदन !'

'कोण आहात तुम्ही ?'

'माझं नाव शेरलॉक होम्स ! आणि हे माझे मित्र...पण

त्याच्या नावाशी तुम्हाला काही कर्तव्य नाही.'

'होम्स, मी तुम्हाला घाबरेन असं वाटलं ? मी काहीही केलेलं नाही. मी निर्दोष आहे आणि माझे मन शुद्ध आहे.'

त्यावेळी मी खिशातून पिस्तूल काढलं. डॉ. श्लेंजर यांच्या ते लक्षात आलं. ते म्हणाले, 'तुम्ही खिशातून पिस्तूल काढता आहात आणि मला धमकावत आहात. तुमच्याकडे वॉरंट आहे ?'

'वॉरंट, इन्स्पेक्टर लेसट्रेड घेऊन येत आहेत.'

'ते आल्यावर बोलू होम्स ?'

'कॉफीन कुठं आहे पीटर्स ?'

'त्याच्याशी तुम्हाला काय करायचं आहे ?'

'कॉफीन कुठं आहे ? मी पुन्हा एकदा तुम्हाला विचारतोय डॉ. श्लेंजर ऊर्फ होली पीटर्स ?'

'होम्स, तुम्ही मृत्यूनंतरची पवित्र शांतता बिघडवत आहात. मी तुम्हाला वॉर्न करतोय.'

'वॉटसन, तू यांच्याकडे लक्ष दे. मी खाली तळघरात जाऊन येतो. नीट लक्ष ठेव, हा अत्यंत खतरनाक गुन्हेगार आहे. याच्या चेहऱ्यावर आणि नॅशनल हॉटेलमधल्या उपदेशांवर तू जाऊ नकोस.'

काही क्षणातच होम्सनी कंदील मला घेऊन यायला तळघरातून आवाज दिला. मी कंदील घेऊन तळघराकडे गेलो. होम्सनी कॉफिनचं झाकण उघडलं. पण एका वृद्ध स्त्रीचं आत प्रेत होतं. होम्स नकळत खजिल झाला. मी माझं पिस्तूल खिशात टाकलं आणि आम्ही परतीला लागलो. जिन्याच्या टोकाला डॉ. श्लेंजर, पती-पत्नी उभे होते.

मिसेस श्लेंजर होम्सला अत्यंत तीव्र सूरात म्हणाल्या, 'गेट आऊट !'

'त्या कोण आहेत ?'

'रोझ स्पेंडर. गेली पन्नास वर्षे ती आमच्याकडे रहात होती. तिन हिची खूप चांगली सेवा केली. हिच्या माहेरवरुन ती आली होती. तिचं डेथ सर्टिफिकेटही आमच्याकडे आहे होम्स. आता तरी जा आणि आम्हाला आमच्या दु:खात राहू द्या. उद्या सकाळी आठ वाजता आम्हाला सगळे विधी करायचे आहे. प्लीज तुम्ही जा. नाहीतर आम्हाला नाईलाजाने पोलिसांना बोलवायला लागेल.'

डॉ. श्लेंजर यांच्या उद्‌गारावर, होम्स आणि मी काहीही न बोलता तिथून बाहेर पडलो.

घरी परतायला आम्हाला बरीच रात्र झाली. येताना आम्ही एकमेकांशी काहीच बोललो नाही. मुख्य म्हणजे होम्स झाल्या प्रकाराने विलक्षण हादरला होता. मी त्याच्याशी बोलायचा प्रयत्न केला पण....तो गप्पच बसला.

एके क्षणी अचानक तो उठला आणि बाहेर निघून गेला. ही त्याची नेहमीची सवय आहे. नंतर मलाही झोप आली नाही. मध्यरात्रीनंतर कधीतरी होम्स परत आला. पण तो झोपला नाही. त्यानं आपल्या कपाटातून बुद्धीबळाचा डाव काढला आणि तो त्यांच्या सोंगट्याशी खेळत राहिला.

पहाटे मला कधीतरी झोप लागली. सकाळी मला जाग आली ती होम्सच्या आवाजाने.

'चल वॉटसन, आपल्याला तातडीनं निघायला हवं. फक्त पंधराच मिनिटं शिल्लक राहिली आहेत. तू तुझं पिस्तुल घ्यायला विसरू

नकोस. कमॉन, बी क्वीक !'

दुसऱ्याच क्षणी आम्ही घोडागाडीत होतो. अतिशय वेगाने ती चालली होती.

मी होम्सला विचारलं, 'आपण कुठं चाललो आहोत?'

'ब्रिक्स्टन दफनभूमीकडे.'

दहा ते पंधरा मिनिटातच आम्ही दफनभूमीपाशी पोचलो. डॉ. श्लेंजर, त्यांच्या पत्नी, असे एकूण सात आठ जण तिथं होते. तिथले कर्मचारी कॉफीन आत खड्ड्यात ठेवत होते.

लांबूनच होम्स ओरडला, 'थांबा, हा खून आहे.'

'होम्स, ही काय भानगड आहे', डॉ श्लेंजरने विचारलं.

'ती लवकरच दिसेल.' असे म्हणत तो त्याला म्हणाला, 'श्लेंजर, अत्यंत कृश म्हाताऱ्या स्त्रीसाठी एवढी मोठी कॉफीन ?'

तिथल्या कर्मचाऱ्यांना होम्सनी ऑर्डर दिली, 'एक मिनिटाच्या आत ही कॉफीन बाहेर काढा. क्वीक ?'

त्या लोकांनी कॉफीन बाहेर काढली. उघडली. वरचं प्रेत बाजूला केलं, तर त्या खाली मिस फ्रान्सीस गुंगीत होती. मी लगेचच पुढं आलो आणि तिला बाहेर काढलं. तपासलं.

मी होम्सला म्हणालो, 'क्लोरोफॉर्मचा डोस फार जास्त दिला गेलाय. पण धोका टळला आहे.'

ते सगळं पाहून श्लेंजरने तेथून पळ काढला. होम्सनी माझ्याकडे पाहिलं आणि म्हणाला, 'वॉटसन पकड त्याला. तो पांगळा नाहीये. तो थांबला नाही तर त्याच्या पायावर गोळी मार.'

शेवटी मला पळणाऱ्या डॉ. श्लेंजरला गोळी मारायलाच लागली. अर्थात ती त्याच्या पायाला लागली. तेवढ्यात लेसट्रेड आणि फिलिप्स तिथं आले. लेसट्रेडने त्याला ताब्यात घेतले.

तेव्हा होम्स, लेसट्रेडला हसत हसत म्हणाला, 'घे, तुला हवा असलेला गुन्हेगार, होली पीटर्स ऊर्फ डॉ. श्लेंजर. एका डेथ सर्टिफिकेटमध्ये दोघांना मूठमाती देत होता. त्याच्या घराची झडती घे. बरीच माया गोळा केली आहे यानं.'

या सगळ्या प्रकारात लेडी फ्रान्सीस शुद्धीवर आली होती पण...तिची वाचा पूर्णपणे गेली होती. नंतर तिच्यावर उपचार करण्यात आले.

फ्रान्सीसला फिलिप्स आपल्याबरोबर घेऊन गेला. चार-पाच दिवसांनी त्याचं पत्र होम्सला आलं.

त्यात त्यानं लिहिलं होतं,

प्रिय शेरलॉक होम्स,

फ्रान्सीची तब्येत आता चांगलीच सुधारते आहे. आम्ही दोघं पुन्हा ग्रेट बेअर सरोवराच्या कुशीत आलो आहोत. इथला परिसर तिच्या ओळखीचा असल्याने ती लवकर सुधारेल, अशी आशा धरायला हरकत नाही. कशी का असेना, पण आपण तिला शोधलं आणि मिळवलं. हे माझ्यासाठी खूप आहे. अर्थात हे तुमच्यामुळेच शक्य झालं. कृतज्ञता म्हणून सोबत काही रक्कम पाठवत आहे. कृपया या प्रेमाचा स्वीकार करावा, ही नम्र विनंती! थँक्स होम्स ! डॉ. वॉटसन, यांनाही माझा नमस्कार सांगावा.

गुड बाय !

फिलिप्स ग्रीन

ते पत्र वाचताच होम्स मला म्हणाला, 'वॉटसन, माझ्या कारकिर्दीला ग्रहण लागायला सुरवात झाली आहे !'

'होम्स, मी डॉक्टर आहे. तुला नक्की सांगतो, लेडी फ्रान्सीस पुन्हा पूर्वीसारखी आनंदी होईल.

होम्सनी पाईप काढला आणि पेटवला. मी त्याच्या खांद्यावर हात ठेवत त्याला म्हणालो, 'होम्स, ग्रहण असेल तर ते तात्पुरतं आहे. काहीवेळेला डाव आपल्या मनासारखा नाही पडत.'

होम्स स्वत:शीच म्हणाला, 'कुणाच ठाऊक ? ग्रहण लागलं आहे, एवढं मात्र निश्चित !'

त्याच्या या उद्‌गारावर मी क्षणभर त्याच्याकडे पहातच राहलो. होम्स मात्र धुरांच्या वलयात हरवून गेला होता.

****

७

सैतानी हल्ला

मृत्यूच्या छायेत होम्स या नावाची एक गूढ केस मी तुम्हाला सांगितली होती, आठवतंय ? पण एक दिवस खरंच होम्स खूप आजारी पडला. त्याचे हे आजारपण मी प्रथमच पहात होतो. त्याची प्रकृती खूपच अशक्त झाली होती. मग मी त्याचे सगळे पाईप्स, तंबाखू, सिगारेट्स जप्त करुन टाकली. त्याच्या डॉक्टरांनी त्याला सक्तीची विश्रांती घ्यायला सांगितले होते. पण होम्स कुणाच ऐकेल तर शपथ ! आराम आणि होम्स या दोघांचा छत्तीसचाच आकडा आहे. कमालीच्या श्रमामुळे आणि सिगारेट्सच्या धुरामुळे होम्सची तब्येत एवढी ढासळली असल्याचे, त्याचे डॉक्टर म्हणाले. अर्थात मीही तेच त्याला सांगितलं होतं. पण तो माझंही ऐकत नाही. त्यामुळे त्याला किमान आठ दिवस मोकळ्या हवेच्या ठिकाणी घेऊन जावं, असं होम्सच्या डॉक्टरांनी म्हणजेच डॉ. मूर अगार यांनी सांगितलं. इतकंच नव्हे तर आजारातलं गांभीर्यही त्याला जाणून दिलं. मग हे साहेब कुठं जागेवर आले आणि मला म्हणाले, 'वॉटसन आता तू म्हणशील तसं आणि म्हणशील तिथं आपण जाऊ या !'

अर्थात मलाही तेच हवं होतं. मीही दवाखान्याच्या व्यापात विश्रांती घेतलीच नव्हती. मीही माझा दवाखाना शेजारच्या एका डॉक्टर सहकाऱ्याला घ्यायला सांगितला.

होम्सला मी म्हणालो, 'होम्स, एका अटीवर आपण जाऊ आणि ती म्हणजे तू एकही पाईप वा सिगारेट ओढणार नाहीस !'

'येस डॉक्टर !', होम्स मला आज्ञाधारकपणे म्हणाला.

'वॉटसन, अशी एखादी जागा शोधून काढ की जी समुद्राच्या जवळ असेल आणि जिथं माणसांची वर्दळ कमी असेल. जिथं आपल्याला भेटायला कुठलीही केस येणार नाही. आपण जाताना आपलं पिस्तूलही घेऊन जायचं नाही. नो सिगारेट, नो पिस्तूल !'

'होम्स, तू जिथं जाशील तिथे तुला शोधत एखादी केस तुझ्याकडे येईल! त्यासाठी तू बेकर स्ट्रीटलाच थांबायला पाहिजे, असं नाही. त्यामुळे पिस्तूल मात्र जवळ राहू दे.'

'नको वॉटसन ! हातात एखाद पुस्तक नाही, सिगारेट नाही, इतकंच नव्हे तर डोक्यात विचाराचा एकही ढग तरंगत नाही, अशा अवस्थेत मला एक अख्खी संध्याकाळ, त्या रौद्र समुद्रांच्या लाटांकडे पहात घालवायची आहे.'

मी अविश्वासाने त्याकडे पहातच राहिलो.

तेव्हा होम्सच मला म्हणाला, 'आय मीन इट ! मला एकाकीपणा हवा आहे, पण तो बंदिस्तपणाचा नको. मुक्तीचा हवा! जे पूर्ण असते ते एकाकी असते आणि जे अपूर्ण असते ते अलगपणाचा मार्ग शोधत राहते. शांतपणे तासं न तास, हातात सिगारेटही न घेता पाण्याच्या प्रवाहाची, लाटांची कुजबूज मला ऐकायची आहे. खरं तर अशा निर्दोष रिक्त मनात विलक्षण संपन्नता असते वॉटसन !'

होम्स बोलत होता आणि मी ऐकत होता. एके क्षणी तो मला म्हणाला, 'धावून धावून मी थकलोय. कधीही न संपणारा शोध. शोधामागून शोध. कठिण कवचाखाली दडलेल्या सत्याचा शोध आणि त्यासाठी अखंड प्रवास. फक्त आपण लाटांच्या धडका मारत रहायचं ! मलाही आयुष्याच्या या प्रवासात, थोडी विश्रांती घ्यायची आहे वॉटसन !'

कॉर्नवाल मधील ट्रेडानिक वोलास हे लहानसे गाव. खरं तर खडकावरचं हे खेडेगावच ! काहीसं आडबाजूचं. तसं शंभर एक उंबऱ्यांचे हे गाव असेल.

वस्ती तशी विरळ आणि विखुरलेली. मी आणि होम्स जिथं उतरलो होतो, तिथल्या खिडकीतून समुद्र अगदीच जवळ दिसत होता. उभ्या मोठ्या पाच फुटी खिडक्या ! बस्स, समुद्राकडे पहात पश्चिमेचा सूर्यास्त पहात रहावं ! तशा खोल्या मोठ्या होत्या.

गावात पाहण्यासारखं म्हणजे अति प्राचीन चर्च. जवळ जवळ दोनशे-अडीचशे वर्षापूर्वीचं हे चर्च आहे. तिथले राऊंडे नावाचे धर्मोपदेशक, अतिशय सज्जन-भोळा माणूस ! कमालीचे प्रेमळ आणि दयाळू. चर्च जवळच त्यांच घर आहे. अर्थात आपल्या दहा-बारा खोल्यांच्या त्या घरात फादरांनी तीन खोल्या मॉर्टिमर ट्रेगेनिस या गृहस्थाला भाड्याने दिल्या आहेत. या तीन खोल्या स्वतंत्र असल्याने बंगलीवजा वाटतात. मॉर्टिमर मात्र काहीसे उदासवाणे गृहस्थ वाटले. ते संवादात फारसे बोलत नव्हते. जे काही बोलायचे ते फादरच !

मॉर्टिमर यांना कुबड होतं, त्यामुळे चालताना त्यांना काठीचा आधार घ्यायला लागायचा. ते काहीसे काळे-सावळे व बुटके होते.

फादर राऊंडे आणि शेरलॉक होम्स यांचे सूर मात्र चांगले जुळले. इतके की दोघं तासं न तास गप्पा मारत असत. पुरावस्तूचा दोघांचा अभ्यास ! त्यामुळे त्या प्राचीन चर्चसंबंधी, गावासंबंधी तसेच गावातल्या लोकांसंबंधी ते खूप एकमेकांशी बोलत असत. अर्थात या आडबाजूला समानधर्मीही मिळणं अवघडच असल्यामुळे असेल, पण फादर राऊंडे, होम्सशी अगदी मोकळेपणाने बोलत !

आम्हाला तिथे जाऊन तीनच दिवस झाले होते. या तीन दिवसात सकाळी लवकर उठून मी आणि होम्स खूप लांबवर फिरायला जायचो. मग जवळ जवळ तासभर तिथल्या एका खडकावर लाटांकडे पहात बसायचो. सूर्य थोडा जाणवू लागला की मग आम्ही परतायचो. होम्सला निसर्ग सौंदर्याचे इतके आकर्षण असेल हे मला माहित नव्हतं! सतत खडकाच्या दिशेने येणाऱ्या लाटांचा आवाज, मनाला खरं तर बधीरच करत होता. निदान मला तरी तसा तो वाटला.

चौथा दिवस असावा ! आम्ही असेच लाटांचा नाचरा खेळ पाहण्यात गुंग झालो होतो. इतक्यात फादर राऊंडे आणि मॉर्टिमर आमच्याच दिशेने येताना दिसले.

फादर विलक्षण अस्वस्थ दिसले. मॉर्टिमर मात्र स्वतःला बरेचसे शांत करण्याचा प्रयत्न करीत होते. पण त्यांचे ओठ थरथरत होते. फादर इतके घाबरले होते की त्यांना बोलवेचना !

होम्सनी मोठ्या जिव्हाळ्याने विचारलं, 'काय झालं फादर, तुम्ही इतके घाबरलेले का आहात ?'

फादरांनी त्या बिथरलेल्या अवस्थेत मॉर्टिमरकडे पाहिलं.

दोघं बराच वेळ झाले काहीच बोलेनात !

शेवटी मॉर्टिमरनी स्वत:ला कसंबसं सावरलं आणि ते फादरना म्हणाले, 'तुम्ही सांगता आहात का मी सांगू ?'

तेव्हा होम्स म्हणाला, 'तुम्हीच सांगा मॉर्टिमर, कारण तुम्हीच ती घटना प्रत्यक्ष पाहिली आहे आणि ती तुमच्या बाबतीतच घडली आहे.'

मॉर्टिमर विलक्षण आश्चर्याने म्हणाले, 'होम्स हे तुम्हाला कसं कळलं ?'

'अहो साधं आहे. तुम्ही नीट नेटके कपडे करुन आला आहात. याचा अर्थ तुम्ही या सर्वातून सावरलेले आहात. तुम्ही प्रथम फादरांकडे गेलात आणि त्यांना सर्व बातमी कथन केली. तुमची ती अवाक होणारी बातमी ऐकून, फादर विलक्षण दचकले आणि ते, आहे त्या अवस्थेत इकडे यायला निघाले.'

'सैतानी हल्ला झालाय होम्स !' मोठ्या खिन्नपणे मॉर्टिमर म्हणाला.

'सैतानी हल्ला?'

'मी सांगतो मॉर्टिमर !'

'बोला फादर !'

'होम्स, तुम्हाला माहितच आहे की मॉर्टिमर माझ्या इथेच बंगलीवजा तीन खोल्यात राहतात. सकाळी ते नेहमीप्रमाणे बाहेर फिरायला जात असताना, वाटेत त्यांना डॉक्टर रिचर्डस रे भेटले. म्हणजे डॉक्टरांनीच त्यांना पाहिलं. ते घोडागाडीत होते. ते मॉर्टिमर यांना म्हणाले : बरं झालं तुम्ही भेटलात ते. मी तुमच्याचकडे चाललो होतो. तुमच्या थोरल्या भावाकडील पोर्टर नावाच्या मोलकरणीचा

निरोप आलाय की काहीतरी भयंकर घटना घडली आहे, तुम्ही तातडीने या. येताना मॉर्टिमर यांना घेऊन या. म्हणून मी तुम्हाला न्यायला आलोय.

खरं तर आदल्याच रात्री मॉर्टिमर आपल्या थोरल्या भावाकडे जेवायला गेले होते. ओवेन आणि जॉर्ज हे दोन थोरले भाऊ आणि लिंडा नावाची बहिण मॉर्टिमर यांना आहे. ट्रेडानिक वार्थाजवळ त्यांच घर आहे. मॉर्टिमर मात्र माझ्या इथेच राहतात. रात्री त्या सर्वांनी एकत्र जेवण केलं, गप्पा गोष्टी केल्या, पत्ते खेळले. साधारणपणे मध्यरात्रीच्या सुमारास मॉर्टिमर घरी परतले असावेत. अर्थात ते नेमके कधी परतले हे मला कळलं नाही. कारण मी त्यावेळी झोपलेलो होतो. पण त्यांच्या मते ते सव्वा बारा वाजता परतले.'

'फादर मला एक सांगा, डॉक्टर आणि मॉर्टिमर तिथं गेले तेव्हा नेमकं काय घडलं, त्यांना काय दिसलं ?'

'सांगतो ना ? मार्टिमर यांना विलक्षण दृश्य तिथं पहायला मिळालं ! त्यांचे दोन्ही भाऊ टेबलावर बसले होते. काल बसलेल्या ठिकाणीच पण ते सतत हसत होते, गाणी म्हणत होते. दिवस उजाडून सुद्धा टेबलाजवळील दिवा जळत होता. लिंडा तिथेच जवळ कॉटवर मृतावस्थेत पडली होती. पण तिचा चेहरा विलक्षण भयग्रस्त दिसत होता. मुख्य म्हणजे तिचे डोळे सताड उघडे होते. पोर्टर बाई मात्र दारातच थरथरत उभ्या होत्या आणि त्या डॉक्टरांसह मॉर्टिमर यांची वाट पहात होत्या.

मग डॉक्टरांनी त्या दोघा भावांना आपल्या काही सहकाऱ्यांच्या मदतीनं वेड्याच्या दवाखान्यात हलवलेलं आहे. डॉक्टर, लिंडाच्या मृत्यूचे निश्चित कारण सांगू शकलेले नाहीत. हे सगळंच भयानक

आणि कमालीचं विचित्र असल्यामुळे मला वाटतं तुम्ही या प्रकरणात लक्ष घालावं आणि सत्य काय आहे ते शोधून काढावं ?'

तेव्हा मी फादरांना म्हणालो, 'फादर तुम्ही म्हणता ते ठीक आहे. पण खरं तर होम्सची तब्येत इतकी नाजूक आहे की त्याला सक्तीची विश्रांती मिळावी म्हणून आम्ही इथे तुमच्याकडे आलेले आहोत. या अवस्थेत जर त्यानी श्रम घेतले, तर त्याची तब्येत ही आणखीन ढासळेल !'

होम्स, माझ्या विधानावर काहीच बोलला नाही. तो तिथल्या लाटांकडे पहातच राहिला. लाटांमागून लाटा येत होत्या आणि खडकांवर आपटत होत्या, परतत होत्या. केंव्हा पासून त्यांचा खेळ सुरूच होता.

बराच वेळानंतर होम्स, त्या लाटांकडे पाहून म्हणाला, 'निसर्ग आपल्या गतीत प्रवाहित होतोच आहे पण माणूस त्याची गती बिघडवून टाकतो. खरं तर निसर्ग सुंदरही नसतो आणि रौद्रमयही. माणूस आपल्या अमानूष कृत्यांनी त्याला रौद्र बनवतो. खरं तर जे आहे त्याकडे आपण आवडनिवडशून्यतेने पहायला पाहिजे.'

एके क्षणी होम्स मॉर्टिमर यांच्याकडे पहात म्हणाला, 'मॉर्टिमर तुमच्या भावाचं घर इथून किती लांब आहे ?'

'एक-सव्वा मैल असेल !'

'फादर, आपण जर चालत तिथं गेलो, तर तुमची काही हरकत नाही ना ? जाताना आपल्याला सर्वांनाच सविस्तर बोलता येईल. मुख्य म्हणजे मला मॉर्टिमर यांच्याकडून अधिक तपशील जाणून घेता येईल !'

फादर मोठ्या क्षीणपणे म्हणाले, 'माझी तयारी आहे होम्स. फक्त ही सैतानी पावलं तुम्ही ओळखावीत एवढीच इच्छा आहे.'

तेव्हा होम्स त्यांना म्हणाला, 'वरवर दिसतं ते सत्य नसतं. कधी डोळे, आपल्या भावना, आपले विचार हे धोका देऊ शकतात. म्हणूनच अनेकदा विचारांच्या वा सिद्धान्ताच्या चौकटीतून आपल्याला वाहत्या जीवनाकडे पाहता आलं पाहिजे. कारण तसे जर केले तरच सत्य हाताला लागू शकेल. चला, आपण हळूहळू पावला पावलांनी त्या सत्याच्या गाभाऱ्याकडे जात राहू या !'

तेव्हा फादर म्हणाले, 'होम्स, मला कल्पना आहे की तुमची तब्येत बरी नाही आणि अशा अवस्थेत तुम्हाला त्रास देताना माझ्या मनाला विलक्षण यातना होत आहेत. पण खरं सागू, गावाचा एक अर्थ शरीर असाही होतो. या शरीरावर सैतानी हल्ला झालाय, तो आपण आपला सदभाव न सोडता परतून लावला पाहिजे.'

वाटेत उगवलेले रानटी गवत तुडवत आम्ही एका पाऊलवाटेपाशी आलो आणि हळूहळू चालत राहिलो. होम्स आणि मॉर्टिमर पुढे चालत होते. मागे मी आणि फादर. फादर राऊंडे विलक्षण अस्वस्थ होते पण ते प्रयत्नपूर्वक स्वत:ला शांत करीत होते. या सर्वात आतापर्यंत मॉर्टिमर मात्र काही बोलले नव्हते.

'बोला मॉर्टिमर, तुम्ही गप्प का ?'

'काय बोलू होम्स, माझं सगळं घरच क्षणात हादरून गेलं आहे. यामागे भुताटकी तर नसेल ना ?'

'मॉर्टिमर, भूतांचे प्रश्न मी सोडवत नाही. काहीवेळा माणसं भूतांपेक्षा विचित्र वागतात. ते वैचित्र्यच आपल्याला शोधायचं आहे.'

'आपण मला काहीही विचारू शकता होम्स, मला जेवढी

माहिती आहे तेवढी तर मी तुम्ही निश्चितपणे सांगेन !'

'संपूर्ण सत्य ?'

'अर्थातच ?'

'तुम्ही या भावंडात सगळ्यात धाकटे ना ?'

'नाही, लिंडा सगळ्यात लहान.'

'मग तुम्ही सर्व एकत्र का रहात नाही. तुम्ही मात्र त्यांच्यापासून वेगळे इकडे मैलभर लांब फादरांकडे रहात आहात ! हा काय प्रकार आहे ? मला जरा सविस्तर आणि खरं खुरं सांगाल ?'

'वाद प्रत्येक घराघरांत असतात. फक्त काही काळाने ते निवळतात.'

'तुमच्यातले वाद निवळल्यासारखे वाटतात ?'

'आता पाणी शांत आहे.'

'म्हणजे पूर्वी खूप संघर्ष झाला होता. तुमच्या वडिलांच्या इस्टेटीवरुन, त्याच्या वाटणीवरुन ?'

'होम्स, तुम्हाला कसं माहित ?'

'मॉर्टिमर, मला कसं माहित झालं, या पेक्षा सत्य काय आहे ते महत्त्वाचं आहे. आपण त्याबद्दलच बोलू या !'

'आज जो काही आमच्याकडे पैसा आहे, तो आमच्या वडिलांनीच मिळवला आहे. त्यांचा जस्ताचा व्यापार होता. शेवटच्या गंभीर आजारात त्यांना आपल्या सगळ्या इस्टेटीची वाटणी करायची होती. तसं ते मृत्यूपत्रही तयार करणार होते. पण त्याच्या आतच त्यांचा मृत्यू झाला. आमच्या वडिलांनी पैसा मिळवला पण जाताना ते आमच्यात संघर्ष पेरून गेले. पुढे हे सगळं प्रकरण कोर्टात गेलं. तेव्हा मी माझ्या थोरल्या भावाला म्हणालो : जे काही असेल त्यात

लिंडाच्या लग्नासाठी काही पैसे राखून ठेवू आणि सर्वांना समान वाटणी करू. पण त्याला ते तयार नव्हते. अखेरीस मी माझा वाटा घेतला आणि तेथून निघून गेलो. उरलेलं आयुष्य वेदनाग्रस्त लोकांच्या सेवेत घालवावं, असं पूर्वीपासून डोक्यात होतं. आता मी चर्चजवळच फादरांकडेच राहतो आहे. संघर्षानं कोणाचंच भलं होणार नाही, हे मला अगोदरच कळलं होतं. म्हणूनच मी वेगळा झालो.

पुढे पुढे वातावरण बरंच निवळलं. पुन्हा मी तिकडे जायला लागलो. होम्स, लिंडाला तिचा वाटा द्यावा, यासाठी मी नेहमीच आग्रही राहिलो आहे. इतर भाऊ त्याला तयार नव्हते. शेवटी मीच म्हटलं की तिचं धुमधडाक्यात लग्न लावून देणं, हे आपलं नैतिक कर्तव्य आहे. तिचा वाटा तिला मिळालाच पाहिजे. तिचा हक्क आहे तो. थोडीफार कुरबूर झाली पण नंतर सगळं ठीक झालं.

महिन्यातून किमान दोनदा तरी मी त्यांची खुशाली विचारण्यासाठी जात असे. कालही तसाच गेलो. लिंडानं मला जेवण्यासाठी थांबण्याचा आग्रह केला. कधी नव्हे ते मोठ्या भावाने पत्ते खेळण्याची टूम काढली. मग आम्ही मोठ्या टेबलापाशी, मोठ्या मजेत खेळत बसलो. साधारणपणे साडे अकराच्या सुमारास मी सर्वांचा निरोप घेऊन तेथून निघालो. खरं तर लिंडा, मला राहण्याचा आग्रह धरत होती. मी जर थांबलो असतो तर.....कदाचित हे सगळं घडलंच नसतं !

'तुम्हाला दारापर्यंत सोडायला कोणी आलं होतं ?'

'नेहमी पोर्टर बाई येतात, पण त्या दिवशी आम्ही इतके आनंदात खेळत होतो की त्यांना, ते पाहून खूप बरं वाटलं. त्या लवकरच झोपायला निघून गेल्या.'

'मॉर्टिमर, तुमचे दोघं भाऊ तुम्हाला अस्वस्थ वाटले ?'

'नाही. उलट ते विलक्षण आनंदातच होते. खरं तर अशा भरल्या घरातून माझेच पाऊल निघत नव्हते.'

'नीट आठवून पहा. जेवताना म्हणा किंवा पत्ते खेळताना, काही विचित्र घडलं वा दिसलं ? मॉर्टिमर, एखादी क्षुल्लक घटनासुद्धा सत्यावर झगझगीत प्रकाश टाकू शकते.'

'खरं सांगू, तसं खटकण्यासारखं काहीच वाटलं नाही. हां आता, माझी पाठ होती खिडकीला, पण जॉर्ज सारखा खिडकीकडे पहात होता. तो सारखा का खिडकीकडे पाहतो आहे, म्हणून मी मागे वळून पाहिलं, तर खिडकीच्या बाहेर गवतात काहीतरी हालचाल झाल्याचा भास मला झाला. कदाचित एखादं जनावर असेल, म्हणून मी तिकडे दुर्लक्ष केलं. काही वेळानंही म्हणजे सुमारे अर्ध्या तासानंही तसंच झालं ! मग मात्र जॉर्ज, एकदा खिडकीपाशी जाऊनही आला. इतकंच ! मग पुन्हा आम्ही खेळत राहिलो.'

आता मात्र होम्स विलक्षण गंभीर झालेला होता. कारण या ठिकाणी त्याला कुठलाच धागा मिळत नव्हता ! आम्ही त्या घरात गेलो, मी लिंडाचं प्रेत पाहिलं. ती दिसायला खूपच सुंदर होती. मार्टिमर म्हणतात तसं, सगळ्यांनी लग्नाचा बेत घातला असेल तर तिच्यावर त्या अगोदरच घाला पडला. मलाही खूप वाईट वाटलं. पण तिचा चेहरा विलक्षण भयग्रस्त वाटत होता.

होम्सनी सगळ्या घराभोवती, चांगल्या पाच-सहा प्रदक्षिणा घातल्या. खिडक्याही तपासल्या. टेबलावर मेणबत्ती अजूनही जळत होती. होम्सनी तिथली शेकशेगडी तपासली आणि लिंडाच्या पलंगाजवळचा कंदीलही. होम्सनी त्या कंदीलावरची काजळी खरडून

काढली आणि ती एका कागदावर गोळा केली.

काही वेळानं होम्स मला सहजपणे म्हणाला, 'वॉटसन पाईप घे ना ? निदान एखादी सिगारेट तरी ? फक्त एकच, प्लीज ?'

मी होम्सकडे काहीसं रोखून पाहिलं आणि त्याला सिगारेट दिली. होम्सनं सिगारेट पेटवली आणि तो बराच वेळ मोठ्या टेबलावरील खूर्चीत बसून राहिला.

एके क्षणी तो माझ्याकडे वळून म्हणाला, 'तू लिंडाला तपासलंस ? तुझं काय निदान झालं?'

'श्वास गुदमरल्याने तिचा मृत्य झाला असावा !'

'पण अचानक लिंडाचा श्वास गुदमरणे जरा चमत्कारिक नाही वाटत ? त्यातही ते दोघे भाऊ मनावरचा ताबा सुटल्याप्रमाणे हसत होते, बरळत होते. त्यांचे ते बायकी हावभाव, गालातल्या गालात हसणे, शब्दाच्चार स्पष्ट नसणे..ही कसली लक्षणे आहेत वॉटसन ?'

'होम्स, थोड्या फार फरकाने दारुचा किंवा एखाद्या अंमली पदार्थाचा, असाच काहीसा परिणाम होतो की ?'

'पण दारुने वा अन्य पदार्थाच्या सेवनाने व वासाने, श्वास तर निश्चितच गुदमरत नाही. एक गोष्ट मात्र खरी की कसला तरी अंमल, त्याच्या मनावर वा शरीरावर चढला असला पाहिजे. मग तो पदार्थ द्रव रुपात असो वा वायू रुपात! वॉटसन तू त्यांच्या भावांची विशेषत: त्यांच्या वर्तनाची, हावभावाची तपासणी कर. जा तातडीनं हालचाल कर ! इतकंच नव्हे तर तू पुन: पुन्हा लिंडाचं प्रेत तपास.....तुझ्या डॉक्टरकीची इथं खरी कसोटी आहे. कारण त्यावरच पुढे आपल्याला अधिक टोकदारपणे हालचाल करता येईल ! निदान

माझा तरी हाच तर्क आहे. पण हे सगळं विलक्षण आहे वॉटसन ! प्रथमच आपण अशी ही वेगळी केस पहात आहोत. जा तू आणि नीट काळजीपूर्वक छाननी कर !'

होम्सच्या सूचनेप्रमाणे त्या दोघा भावांना भेटलो. खरोखरीच त्याची अवस्था विलक्षण भयानक झाली होती. ते दोघे मधूनच हसत होते, नाचत होते आणि तोंडाने वाटेल ते बरळत होते. तिथल्या डॉक्टरांनाही त्याचं काही निदान करता आलं नाही. त्यानी त्या दोघांना झोपेचा डोस देऊन झोपवलं.

लिंडाचं प्रेतही मी बारकाईनं पाहिलं. श्वास गुदमरून मृत्यू हेच निदान माझं नंतरही ठाम होतं.

जवळ जवळ दोन तासांनी मी परतलो, तेव्हा होम्स माझीच वाट पहात होता. तेव्हा होम्सनी मला पुन्हा खोदून खादून या तिघांच्या मृत्यूच्या निदानाविषयी विचारलं. इतकंच नव्हे तर तसं एक लेखी निवेदनही मला द्यायला सांगितलं. तसं मी दिलंही.

होम्स, अजूनही विलक्षण गंभीर मनोवस्थेत होता. त्यानं एका कागदावर काही काजळी व शेकशेगडीतली राख गोळा केली होती. तो ती राख–काजळी मला दाखवत होता.

'हे काय आहे होम्स ?'

'ही शेकशेगडीतील राख आहे आणि दुसऱ्या पुडीत काजळी. खरं तर प्रयोगशाळेत जाऊन याची नीट पाहणी केली पाहिजे.'

'मी समजलो नाही होम्स ?'

'वॉटसन तू गेल्यानंतर मी पोर्टरबाईंशी आणि डॉक्टरांशी

पुन्हा बोललो. ते नकळत बोलून गेले की या दोघांनी जेव्हा त्या मोठ्या हॉलमध्ये प्रवेश केला, तेव्हा तेथे विचित्र वास येत होता. त्या वासानं त्यांना विलक्षण मळमळल्यासारखं झालं. मुख्य म्हणजे डॉक्टरांचीही तीच अवस्था झाली. पण पोर्टर बाईनं मोठ्या सावधतेने लगेचच सगळ्या खिडक्या उघडल्या. याचाच अर्थ...'

'तुला काय म्हणायचे आहे, ते माझ्या आता हळूहळू लक्षात येते आहे. विषारी वायूचाच हा परिणाम असणार !'

'वॉटसन, जाऊं दे तो विषय. आपण टेकडीवर फिरायला जाऊ या. येतोस ?'

आम्ही ती संध्याकाळ टेकडीवर फिरण्यात घालवली, पण होम्स मात्र या फिरण्यात एकही शब्द बोलला नाही.

मीही सून्न झालो. शेवटी न राहून मी त्याला म्हणालो, 'होम्स, ते दोघे भाऊ जवळ जवळ वेडेच झाले आणि लिंडा तर गेलीच. म्हणजे आता उरले आहेत दोघं जण ! एक पोर्टर बाई आणि खुद्द मॉर्टिमर !'

'अगदी बरोबरच वॉटसन ! मॉर्टिमर म्हणतो त्या प्रमाणे मी ती खिडकीही तपासली आणि तिथलं गवतही. पण तिथं मला एकाही माणसाचा वा प्राण्याचा ठसा मिळाला नाही. जरी मिळाला असता तरी खिडकीतला माणूस हा एकाच वेळी लिंडासह त्या दोघांना घाबरवेल, हे अशक्यप्राय वाटते. त्याच वेळी माझा बाहेरच्या बाजूला ठेवलेल्या बादलीला पाय लागला. त्यात चिखलाचे पाणी होते. खरं

तर ती बादली मी मुद्दामच उपडी केली होती. मला मॉर्टिमरच्या पावलांचे ठसे हवे होते.

एक लक्षात घे, मॉर्टिमरला कुबड आहे आणि तो काठीच्या सहाय्याने चालतो. मार्टिमर त्या घरातून गेल्यानंतर, लगेचच काही मिनिटांत हे सर्व घडलेले आहे. मॉर्टिमर जलद चालतानाच्या खुणा आहेत. बहुधा त्याला लवकरात लवकर घरी जायचं असावं !'

टेकडीवरुन उतरुन आमच्या खोल्यांकडे पाऊलवाटेनं जाताना, आम्हाला समोरुन एक गृहस्थ येताना दिसला. त्याचा पोशाख अगदीच वेगळा होता. डोक्यावर मोरपिसाची टोपी, अगांत जाकिट आणि गमबूट ! तो माणूस चिरुट ओढत होता. तो गृहस्थ आमच्याकडेच येत होता.

त्यांनी आम्हाला अदबीने जरी नमस्कार केला असला, तरी त्याचा रांगडेपणा काही लपत नव्हता !

होम्सनी त्यांना विचारलं, 'आपणच डॉ. लिऑन स्टर्नडेल का ? जंगल हेच आपलं घर समजणारे आणि शहरी वस्तीपासून दूर रहात नैसर्गिक जीवन जगण्यात धन्य मानणारे, बरोबर ?'

डॉ. लिऑन मनापासून हसले. त्याचं हसणंही गडगडाटी होतं. ते म्हणाले, 'तुम्ही शेरलॉक होम्स का ?'

'हो.'

'बरं झालं तुम्ही इथं आलात ते. कारण इथले पोलिस अतिशय सूस्त आणि कमालीचे उदासीन आहेत. आता तुम्ही आला आहात म्हटल्यावर, सगळ्या गोष्टींवर लवकरच प्रकाश पडेल !'

'माझे प्रयत्न चालूच आहेत डॉ. लिऑन. पण अजून या केसच्या संदर्भात अंदाज काही येत नाही. आता तुम्ही पक्षी-वन्यजीवन, औषधी वनस्पती यांचे संग्राहक व अभ्यासक आहात. तुम्हीच जर यावर काही प्रकाश टाकला तर ? कारण आमचीही अवस्थाही त्या सुस्त पोलिसांसारखीच झालीय. अगदी उदासीन !'

तेव्हा मी त्यांना म्हणालो, 'डॉ लिऑन, तुमचं *जंगलवाचन, घरट्यापलीकडे, जंगलवाटा, जंगल देणं* तसेच *भक्ष्यक-रौद्र निसर्ग* ही पुस्तके मी वाचली आहेत.'

'काय सांगताय ? तुम्ही, डॉ. वॉटसन का ?'

'अगदी बरोबर ! जिथं होम्स, तिथं वॉटसन असणारच !'

आमचं बोलणं चालू असताना होम्स काळजीपूर्वक त्यांच्याकडे पहात होता आणि त्यांचे निरीक्षण करत होता.

एके क्षणी तो त्यांना म्हणाला, 'तुम्हाला या केसबद्दल इतके कुतूहल का वाटते आहे?'

'आता तुम्हाला सांगायला हरकत नाही पण आईकडून मी या कुटुंबाचा नातेवाईक आहे. त्यामुळे मला विलक्षण चिंता वाटली. खरं तर मी प्लायमाऊथ आणि नंतर सरळ दक्षिण आफ्रिका अशा प्रवासाला निघालो होतो. माझी सहा महिन्याची अभ्यासयात्राच होती. पण प्लायमाऊथच्या वर्तमानपत्रात बातमी वाचली आणि मग मी तसाच तातडीनं आलो.'

'मग तुमची दक्षिण अफ्रिकेची बोट चुकली असेल ? तुमचं सामान बोटीवरच राहिलं असणार ?'

'अहो, ही बातमी ऐकून मी इतका अस्वस्थ झालो की मला काही सुचेना ! मी सामान तसंच बोटीत राहू दिलं. आता पुन्हा

आफ्रिकेला जाईन, तेव्हा कलेक्ट करीन !'

'आपल सगळं सामान बोटीवर सोडून देण्याइतकं नातं आहे का तुमचं त्यांच्याशी ?'

त्यावर डॉ लिऑन विलक्षण भडकले, 'होम्स, माझी कसली चौकशी करता आहात, ज्यांनी हे सगळं कारस्थान केलं आहे, त्यांची चौकशी करा. मला जर तार मिळाली नसती तर...मला या सगळ्या गोष्टी कळल्याच नसत्या. मी अंधारातच राहिलो असतो.'

'बघा आता, तुम्हीच कशी गडबड करता आहात ते ? मघाशी तुम्ही म्हणाला की प्लायमाऊथच्या पेपरमध्ये मी ती बातमी वाचली आणि मी आलो. आता म्हणता आहात की मला तार आली. म्हणजे नेमकी बातमी तुम्हाला कशी कळाली ? विशेष म्हणजे एखादा संशोधक, आपला नियोजित प्रवास व आपले किंमती सामान सोडून तातडीनं परततो, हे जरा...माझ्या आकलनाच्या पलीकडचे आहे.'

ते ऐकल्यावर डॉ. लिऑन जरा नरमले आणि म्हणाले, 'माझे आणि या कुटुंबाचे केवळ नातेच नाही तर जिव्हाळ्याचे संबंध होते. फादर राऊंडेनी मला तार केली होती.'

त्यावर होम्स काहीच बोलला नाही. डॉ. लिऑन गेल्यानंतर होम्स मला म्हणाला, 'मी आलोच !'

आता होम्सला अडवणं खरोखरीच अवघड होतं ! पण तरीदेखील मी म्हटलं, 'स्वतःच्या तब्येतीनं काम कर !'

'मग तुझ्या खिशातला पाईप मला द्यावा लागेल. तर आणि तरच माझी तब्येत सुधारू शकेल !'

'तुला कसं कळलं की मी तुझा पाईप बरोबर आणला आहे ते ? खरं तर मी तुला देणार नव्हतो, पण पाईप ओढल्याशिवाय तुझी

बुद्धी काम करत नाही, म्हणून मी खरं तर पाईप आणला. मला ठाऊक होतं की जगाच्या पाठवर होम्स कुठंही गेला तरी त्याला शोधत एखादी गूढ आणि गुंतागुंतीची केस धावत येणारच !'

मी त्याला पाईप दिला. होम्सनी तो घेतला. मी मात्र त्याच्या पाठमोऱ्या आकृतीकडे, या आजारपणातही आपला उत्साह टिकून ठेवणाऱ्या त्याच्या ध्यासाकडे पहातच राहिलो.

रात्री बऱ्याच उशीरा होम्स परतला. तो परतला तो विलक्षण थकलेल्या अवस्थेत. मी त्याला तपासलं आणि एक औषधाचा डोसही दिला. मुख्य म्हणजे त्याची सिगारेट काढून घेतली आणि त्याला सक्तीची झोप घ्यायला सांगितली.

सकाळी आम्ही नेहमीपेक्षा जरा उशीराच उठलो. म्हणजे खरं तर फादर राऊंडे यांच्या हाकेनंच आम्हाला उठवलं. होम्सनी दरवाजा उघडला तर दारात फादर राऊंडे दारात उभे. ते विलक्षण थरथरत होते. मग मी त्यांना पुढं येऊन हात दिला, आत आणलं आणि तिथल्या एका खूर्चीत बसवलं.

होम्स मात्र गंभीर होता.

'काय झालं फादर ?'

'होम्स, मॉर्टिमर...'

'मॉर्टिमरच काय ?'

'मघाशी मी त्यांच्याकडे गेलो तर दार बंद होतं. मी त्यांना हाकाही मारल्या. पण त्यांनी काहीच प्रतिसाद न दिल्याने दार ढकलून आत गेलो. तर मॉर्टिमर हे तिथल्या एका कॉटवर मृतावस्थेत आढळले.

प्रचंड भयग्रस्त चेहरा आणि उघडे डोळे. मी पोलिसांना कळवायला एक माणूस पाठवलाय पण तुम्हाला कळविण्यासाठी इथं आलो. होम्स, मुख्य म्हणजे मृतावस्थेत त्यांचा चेहरा लिंडासारखाच झाला होता. पुन्हा सैतानी हल्ला !'

ते ऐकल्यावर होम्स ताडकन उठला.

दुसऱ्याच क्षणी आम्ही मार्टिमर यांच्या बंगलीत गेलो. गेल्या गेल्या कुबट-दुर्गंधी वास येत होता. आम्हा दोघांनाही गुदमरल्यासारखं झालं. मी लगेचच सगळ्या खिडक्या उघडल्या. टेबलावरचा कंदील जळतच होता. त्याच्यावर काजळी साचली होती.

होम्सनी शेकशेगडी तपासली आणि त्यातली काही राख, आणि कंदीलावरची काजळी यांचे काही नमुने एका पुडीत बांधून घेतले.

होम्सनी एके क्षणी फादरांना विचारलं, 'तुम्ही त्या खोलीत गेल्यानंतर तुम्हाला गुदमरल्यासारखं झालं ?'

'खरं सांगू होम्स मी दार ढकलून आत गेलो, दोन चार पावलंच गेलो असेन. मार्टिमरला पाहताच मला विलक्षण धक्का बसला. मला दरदरून घाम फुटला. मेंदूवर कोणीतरी आघात करत आहे असं वाटलं. मी कसं बसं स्वत:ला सावरलं आणि मोकळ्या हवेत आलो.'

'फादर, इन्स्पेक्टर येतील तेव्हा त्यांना तुम्ही शेकशेगडीतील राख आणि कंदीलावरच्या काजळीचे नमुने तपासायला सांगा ?'

'ठीक आहे होम्स ! आणि तुम्ही...?'

'इन्स्पेक्टर यांना काही मदत लागली तर मी आहेच.'

दुसऱ्याच क्षणी होम्स तेथून बाहेर पडला. मीही निमूटपणे त्याच्या मागून बाहेर पडलो.

मग आम्ही आमच्या खोलीत गेलो. होम्स मला म्हणाला, 'एक मस्तपैकी कॉफी कर ! तो पर्यंत मी जरा फ्रेश होतो.'

मी नकळत मान डोलावली. मनात आलं, लिंडाप्रमाणेच मॉर्टिमरही मृतावस्थेत मिळावेत ? खरं तर आपण त्यांच्याकडेच संशयी म्हणून पहात होतो. मग खूनी नक्की कोण आहे? ज्या अर्थी होम्सनी इतक्या गंभीर अवस्थेतही कॉफी मागितली, याचा अर्थ या सैतानी हल्याचे उत्तर त्याला आता ठाऊक झालेले असणार !

मी होम्सला कॉफी दिली आणि विचारलं, 'तुला खूनी कोण आहे, हे कळलेलं आहे ?'

'हो. इतकंच नव्हे तर खून कसे झाले, हेही कळलं आहे.'

'कोण आहे खूनी ?'

'ते मी आत्ताच तुला सांगू शकत नाही, पण एक प्रयोग तुला दाखवतो. घराच्या सगळ्या खिडक्या लावून घे आणि कंदील पेटव. फक्त तुला विलक्षण सावधान राहवं लागेल. थोडासा गाफील राहिलास तर आपली डायरेक्ट मृत्यूशीच गाठ पडेल ! नीट ध्यानात ठेव.'

'म्हणजे, मी नाही समजलो ?'

'ही भुकटी आहे, ती थोडी या कंदीलावर टाक आणि थोडी तिथल्या शेकशेगडीत टाक. फक्त काही सेंकदच आपल्याकडे निरीक्षणासाठी आहेत, हे लक्षात ठेव.'

होम्सनी म्हटल्याप्रमाणे, आम्ही सगळ्या खिडक्या-दारं लावून घेतली. शेकशेगडी पेटती होती, ती आणखीन पेटवली. मी त्यात ती भुकटी टाकली. भुकटी टाकल्यावर प्रचंड प्रमाणात धुर झाला तो उसळलेला धूर माझ्या नाका-तोडांत गेला. होम्सनी त्याच्या हातातली भुकटी कंदीलावरही थोडी टाकली. एका क्षणात संपूर्ण घर धूरांनी

भरलं गेलं. मला काय होतंय कळेचना ! विलक्षण गरगरायला लागलं. डोकंही विलक्षण जड झालं. डोक्यावर कोणीतरी घणाघात घालत आहेत असं जाणवायला लागलं. आपली आता शुद्ध हरपणार, असं एके क्षणी वाटलं. बहुधा तसंच काहीसं झालं असावं ! कारण मी जेव्हा शुद्धीवर आलो, तेव्हा होम्सनी मला बाहेरच्या मोकळ्या हवेत आणलं होतं. बऱ्याच वेळानंतर मी जरा नॉर्मलवर आलो.

होम्सचा चेहरा विलक्षण पडलेला होता आणि तो माझी मनापासून क्षमा मागत होता.

तो क्षीणपणे म्हणाला, 'वॉटसन काय हे? तुझी ही अवस्था पाहून मी पार हादरूनच गेलो आहे.'

मी होम्सच्या खांद्यावर हात ठेवला. तेव्हा होम्स मला म्हणाला, 'आजच्या या प्रयोगानं तुझा जीवच गेला असता वॉटसन! कारण तू सगळीच भूकटी त्या शेकशेगडीत टाकण्यासाठी वाकलास. त्यातून उसळलेल्या विषारी वायूच्या हा परिणाम आहे. तुला लगेचच मी बाहेर काढलं. आपल्याला थोडा जरी बाहेर पडायला उशीर झाला असता, तर मी स्वत:ला कधीच माफ करू शकलो नसतो.'

'म्हणजे होम्स, या विषारी भुकटीनंच हे सर्व घडून आणलं? दोघे भाऊ वेडे झाले आणि लिंडा गेली ती यामुळेच?'

'होय वॉटसन !'

'हे दुष्कृत्य कोणी केलं ?'

'मॉर्टिमरनी.'

'काय ?'

'हे नितांत सत्य आहे. ही पूड, आफ्रिकेतील एका वनस्पतीच्या बोंडाची आहे. त्याची ही भुकटी. *रॅडिक्स पेडिस डायाबोली* असं

त्याचं नाव आहे. याचा अर्थ *सैतानी हल्ला* असा होतो.'

'मग मॉर्टिमरला कोणी मारलं ?'

'डॉ. लिऑन यांनी.'

'तुला हे कसं कळलं ?'

'वॉटसन, काल आपल्याला डॉ. लिऑन भेटले होते. त्यानंतर मी त्यांचा पाठलाग केला. संपूर्ण संध्याकाळच नव्हे तर रात्री उशीरापर्यंत मी त्यांच्यावर पाळत ठेवली. ते घरात नसताना, मी त्यांच्या घराची संपूर्ण झडती घेतली. तिथं ही भुकटी मी पाहिली. आत्ता जो आपण प्रयोग केला, तो या विषारी भुकटीचाच होता. त्यात सुदैवानं तू वाचलास, नाहीतर...मी स्वत:ला माफ करू शकलो नसतो.'

'मी बरा आहे होम्स ! आता काय विचार आहे ?'

'पोलिसांनी माझी मदत अजून घेतलेली नाही किंवा माझ्याशी संपर्कही साधलेला नाही. बघू या !'

'पण डॉ. लिऑन यांनी, हा खून का केला असावा ?'

'वॉटसन, तेच तर आपल्याला शोधून काढायचं आहे.'

दुसऱ्या दिवशीची सकाळ. आम्ही नेहमी प्रमाणे खडकावर समुद्राच्या लाटांचा नाचरा खेळ बघत बसलो होतो. बराच वेळ कोणीच काही बोलत नव्हतं ! कारण असे हे सागरी सौंदर्य आम्हाला पुन्हा बघायला मिळणार नव्हतं ?

मी सहज मागं पाहिलं तर डॉ. लिऑन आमच्याच दिशेनं येत होते. त्यांनी होम्सला, मला अभिवादन केलं.

'तुम्ही, आज निघताय म्हणे ? फादर म्हणत होते.'

‘दुपारी निघणार आम्ही. पुरेशी विश्रांती झाली आहे.’

‘खुन्याचं काय ? तुम्ही, असेच परत जाणार ?’

‘जावंच लागेल. बरेच दिवस सुट्टीत गेले.’

‘होम्स, मी तुमच्याविषयी बरंच काही ऐकून होतो, पण तुम्ही तर आपलं काम अर्धवट टाकूनच पळताय ?’

‘डॉक्टर, मी त्या कामासाठी इथं आलोच नव्हतो. इथले स्थानिक पोलिस शोध घेतच आहेत. मी आपला माझ्या परीनं शोध घेतला इतकंच ! तुम्ही पण निघणारच असाल ना ?’

‘हो, निघायलाच हवं !’

‘डॉक्टर, तुमचं इथलंही काम संपलंच आहे. खरं तर त्यासाठीच तुम्ही आपल्या किंमती सामानाची पर्वा न करता, इथं आला होतात. मॉर्टिमरचं तुम्हाला सांत्वन करायचं होतं ! ते तुम्ही अगदीच वेगळ्या तऱ्हेनं केलं. तो बिचारा आता शांत निद्रा घेतोय.’

ते ऐकताच डॉ. लिऑन रागाने लाल झाले आणि म्हणाले, ‘तुम्हाला काय म्हणायचं आहे होम्स ?’

‘मला जे काही म्हणायचं आहे, ते तुम्हाला चांगल कळलं आहे डॉ. लिऑन. पोलिसही खूनी कोण आहे आणि खून कसा झाला, हे शोधू शकले नाहीत ! त्यामुळे ते आता तुम्हाला त्रास द्यायला, तुमच्या संशोधनाच्या मध्ये येणार नाहीत.’

‘होम्स, तुम्हाला जे काही म्हणायचे आहे, ते तुम्ही स्पष्ट आणि स्वच्छ शब्दात बोला ?’

‘ते ऐकायची तुमची तयारी आहे ? तेही शांतपणे ?’

‘नक्कीच !’

‘मॉर्टिमरला तुम्हीच मारलं आहे डॉ. लिऑन !’

'होम्स ऽ ऽ'

'तुम्ही माझं म्हणणं शांतपणे ऐकणार आहात डॉ. लिऑन! ही भुकटी ओळखता ? याचं नाव आहे *रॅडिक्स पेडिस डायाबोली.* दक्षिण आफ्रिकेतील एक वनस्पती आहे. त्याच्या बोंडापासून ही भुकटी तयार करतात.'

'ही अत्यंत विषारी अशी भुकटी आहे. तुम्हाला ती कशी मिळाली?

'तुमच्याच घरात.'

'म्हणजे तुम्ही...?'

'या भुकटीचे नमुनेही मी गोळा केलेले आहेत आणि त्याबद्दलचा प्रयोगही आम्ही करून पाहिला. या प्रयोगात माझ्या मित्राचा, वॉटसनचा नाहक बळी गेला असता ! तुम्हीच संशोधन केलेली ही भुकटी आहे. तुमची डायरी माझ्याचकडे आहे डॉ. लिऑन!'

ते ऐकताच डॉ. लिऑन यांचा चेहरा पार पडला. त्यांनी आपल्या कपाळावरचा घाम पुसला. ते तिथेच आमच्या शेजारी बसले. त्यांनी स्वत:ला मोठ्या प्रयत्नपूर्वकतेने सावरलं. म्हणाले, 'तुम्ही म्हणता ते अगदी शंभर टक्के खरं आहे.

मी, मॉटिमर यांचा-त्यांच्या बंधूंचा नातेवाईक नाहीये. माझं लिंडावर खूप प्रेम होतं आणि आम्हाला लग्नही करायचं होतं. पण...आपल्या इथले कायदे मोठे विचित्र असतात होम्स. माझी बायको मला सोडून निघून गेली आणि तिनं मला अजून घटस्फोट दिलेला नाहीये. लिंडा मात्र मला घटस्फोट मिळेपर्यंत थांबणारही होती. मी या तिन्ही बंधूशी ओळख अधिक वाढवली. अर्थात या सगळ्याची मी फादर राऊंडेंना कल्पना दिली होती. एके दिवशी मॉर्टिमर माझ्या

घरी आलेले असताना, त्यांना नकळत मी या भुकटीची माहिती दिली. त्यानं ती विषारी भुकटी माझ्या येथून, माझ्याही नकळत पळवली. खरं तर माझ्याही हे लक्षात आलं नाही. लक्षात आलं तेव्हा लिंडा गेली होती आणि तिचे दोघे भाऊ वेडे झाले होते.

मधे काही दिवस गेले. संशोधनासाठी सहा महिने दक्षिण आफ्रिकेला जायचं मी निश्चित केलं. मी लिंडाचा निरोप घेतला. मॉर्टिमरनही मला, माझ्या प्रवासाला शुभेच्छा दिल्या.

आत मी प्रवासाला गेलो आहे आणि सहा महिने तरी परत येणार नाही, हे हेरून मॉर्टिमर यांनी या विषारी भुकटीचा प्रयोग आपल्या भावांवर केला. मला वाटलं की त्यांच्यातलं भांडण मिटलं आहे. पण मॉटिमरला ती सगळीच इस्टेट स्वत:च्या नावावर करायची होती. अर्थात तसे त्याच्याकडे, स्वत:चे असे कर्तृत्त्व काहीच नव्हते. म्हणून त्यानं हा अघोरी मार्ग अवलंबला.

फादर राऊंडेची मला तार मिळताच, मी माझ्या सामानाची पर्वा न करता परतलो. होम्स, माझं लिंडावर खरंच प्रेम होतं आणि मी आफ्रिकेतून परतल्यावर तिच्याशी लग्नही करणार होतो. ते तिघे भाऊ त्याला तयार झाले होते. पण...?

हा *पण* मोठा विचित्र असतो, नाही ? इथं आल्यावर मला त्यांच्या मृत्यूचा सगळा तपशील समजला आणि माझ्या पायाखालची जमीनच सरकली. आपलीच माणसं या थराला जाऊ शकतात, हे मला माहित नव्हतं ! त्या क्षणी मॉर्टिमरचा खरा चेहरा माझ्यासमोर आला. मी विलक्षण अस्वस्थ झालो होतो.

परवाच्या रात्री, मी ह्या सर्वांचा जाब मॉर्टिमरला विचारला. प्रथम तो कबूलच होईना, मग झाला. माझा संताप अनावर झाला. मी

त्याला त्याच्याच पद्धतीने त्याच भुकटीच्या सहाय्याने मारलं ! मी मारलं आणि त्याबद्दल मला पश्चाताप होत नाही होम्स !'

दुसऱ्याच क्षणी डॉ. लिऑन रडायला लागले. काही वेळ कोणीच काही बोललं नाही.

एके क्षणी डॉ. लिऑन होम्सला म्हणाले, 'जंगलाचे कायदे पाळणारा मी माणूस आहे, पण ह्या माणसांनी मला पशू बनवलं. मग मलाही नरभक्षक व्हावं लागलं ! खर तर यासाठी मी हे संशोधन केलेलं नव्हतं ! आय ॲम सॉरी होम्स !'

'डॉ. लिऑन, माझी सुट्टी तुम्ही चांगलीच खराब केलीत. खरं तर तब्येतीला आराम पडावा, म्हणून मी तुमच्या या छोट्याशा, सुंदर गावात आलो होतो. इथल्या समुद्राच्या लाटांशी माझी दोस्ती झाली होती. पण...? जा तुम्ही. मला दुपारच्या गाडीनं परतायचं आहे. माझा निर्णय फिरायच्या आत तुम्ही इथून जा !'

दुसऱ्याच क्षणाला डॉ. लिऑन थकलेल्या पावलानं परत फिरले. परतताना त्यांनी एकवार होम्सकडे पाहिलं. पण होम्स मात्र खडकावर पुन्हः पुन्हा आदळणाऱ्या लाटांमध्येच गुंगून गेला होता.

****

८

होम्सची हेरगिरी

१ ऑगस्ट १९१४ या दिवसाला जागतिक इतिहासात अपार महत्त्व आहे. कारण या दिवशी जागतिक स्वरुपाचे पहिले महायुद्ध सुरू झाले आणि पुढे त्याचा जोरदार भडका उडाला. चक्क ११ नोव्हेंबर १९१८ पर्यंत या युद्धाच्या झळा जवळ जवळ सर्वच राष्ट्रांना भोगाव्या लागल्या. खरं तर या युद्धाची ठिणगी जरी ऑष्ट्रिया-हंगेरी साम्राज्याच्या युवराज फ्रान्सिस फर्डिनंड यांच्या खूनाने पडली असली, तरी खरा संघर्ष हा जर्मनी आणि शेष युरोप यांच्यामधेच होता.

जर्मन सेना ही शस्त्रास्त्रे व प्रशिक्षण दृष्ट्या सर्वात श्रेष्ठ प्रतीची होती. सांग्रामिक साहित्य-उत्पादनासाठी तर जर्मनीची औद्योगिक संघटना भक्कमच होती हे निर्विवाद सत्य होते. आक्रमणशील युद्धखोरतेबरोबर संरक्षणात्मक युद्ध लढविण्याचे शिक्षण जर्मन सैनिकांना दिले जात असे. यात एक गोष्ट खरी की जर्मन राष्ट्राच्या निमित्ताने ब्रिटन, फ्रान्स व रशिया यांना एक बलवान प्रतिस्पर्धी निर्माण झाला होता. सर्वात महत्त्वाचे म्हणजे युरोपातील राजकारणात आपल्याला धूरीणत्व (हेगिमनी) मिळावे, असे जर्मनीस वाटू लागल्याने जर्मनीची

इंग्लंड, रशिया तसेच फ्रान्स यांच्यात चढाओढ सुरू झाली.

बाल्कन प्रदेशात सत्ता विस्ताराची मनीषा ऑष्ट्रिया-हंगेरीची असल्याने, जर्मनीच्या सहाय्याची खात्री बाळगून, ऑष्ट्रिया-हंगेरीने २३ जुलै १९१४ रोजी सर्बीयाला निर्वाणीचा खलिता पाठवला. २५ जुलै १९१४ रोजी सर्बीयाने सेनासज्जता जारी केली. २८ जुलै रोजी ऑस्ट्रिया-हंगेरीने सर्बीयाविरुद्ध युद्ध पुकारले. ऑष्ट्रियाने युद्ध पुकारताच रशियाने ऑष्ट्रियाविरुद्ध सेनासज्जता पुकारली. अर्थात रशियाची सेनासज्जता-घोषणा म्हणजे युद्धाची घोषणा समजण्यात येईल, असे जर्मनीने रशियाला ठणकावले. मग जर्मनीने ३१ जुलै १९१४ रोजी सेनासज्जता उघडपणे जाहीर केली. प्रत्युत्तर म्हणून रशियानेही जर्मनीविरुद्ध सेनासज्जता जाहीर केली. एकूणच जर्मनीची साम्राज्य विस्ताराची महत्त्वाकांक्षा अधिकाधिक वाढू लागली होती.

२ ऑगस्ट १९१४ ची ही गोष्ट आहे. वेळ रात्रीची. नऊ वाजत आले होते. समुद्राच्या टेकडीजवळचा एक बंगला. या बंगल्याच्या आवारात दोन जर्मन माणसं एकमेकाशी गप्पा मारत बसली होती. तो बंगला, प्रसिद्ध जर्मन हेर व्हॉन बोर्क यांचा होता. ते इंग्लडमध्येच राहून हेरगिरी करीत आहेत, हे फक्त सहा लोकांनाच ठाऊक होतं. बॅरन व्हॉन हर्लिंग हे त्या सहा पैकीच एक होते. व्हॉन बोर्क यांची बायको आणि दोन मुली, अगोदरच जर्मनीला गेल्या होत्या. बोर्क मात्र रात्रीच इंग्लंड सोडणार होते आणि त्याबाबत ते विलक्षण उत्सुक होते.

इंग्लंडमधील बोर्क यांची ही शेवटची रात्र होती. इंग्लंडच्या नौदलातील काही महत्त्वाची कागदपत्रे एका अमेरिकन माणसाकडून बोर्कला मिळणार होती. अल्टामॉंट हे त्या अमेरिकन माणसाचं नाव ! एकदा का ती कागदपत्रे मिळाली की बोर्कचे इंग्लंडमधील काम

संपणार होते. कारण आता काही दिवसातच युद्ध भडकणार !

बॅरन व्हॉन हर्लिंग हे व्हॉन बोर्क यांना चांगलेच ओळखत होते किंबहुना ते त्यांचे सहकारी होते. जाण्यापूर्वी बोर्क यांची गाठ घ्यावी, यासाठी ते त्यांच्या बंगल्यावर आले होते. ते दोघे गप्पात अगदी रंगून गेले होते. बॅरन व्हॉन हर्लिंग उंचपुरे आणि प्रभावी व्यक्तिमत्त्वाचे होते. इंग्लंडच्या राजकीय वर्तुळात त्यांचा चांगला दबदबा होता.

बोर्कनी आपला चिरुट पेटवला आणि ते समुद्राच्या लाटांवर चमकणाऱ्या पाण्याकडे पहात राहिले.

एके क्षणी बोर्क, हर्लिंग यांना म्हणाले, 'चला, आजचा दिवस पार पडला की संपले. कधी एकदा मी जर्मनीला जातोय, असं मला झालं आहे. चार वर्षे इथं इंग्लंडमध्ये कशी काढली, ते अजून कळत नाही. '

'बोर्क, अजून काही कागदपत्रे मिळायची आहेत ?'

'ती मिळतील हो. अल्टामॉंट आला की माझं काम झालंच. आजपर्यंत तरी त्यानं मला कधी दगा दिलेला नाहीये. हर्लिंग तुम्ही अजून थोडा वेळ थांबलात तर तुमची आणि त्याची गाठ पडेल !'

'नाही, एवढी सिगारेट संपली की मी निघेन म्हणतो. मला निघावंच लागेल. बाकी हा परिसर छान आहे, नाही बोर्क?'

'छान आहे, पण येत्या चार-पाच दिवसांत जर्मनांकडून बेचिराख होणार आहे. तेव्हा या लोकांची चांगली जिरेल. बाकी काही म्हणा हर्लिंग, ही इंग्लिश माणसं तशी भोळसट असतात.'

'असतीलही! पण ती कधी उलटतील याचा काही नेम नाही. मला तरी या लोकांचा तितकाचा चांगला अनुभव नाही. हां

आता, काही मर्यादेपर्यंत ही माणसं चांगली अतिथ्यशील असतात. पण ते कधी आपल्याला गोत्यात आणतील ते सांगता येणार नाही. मागच्या एका पार्टीत मला तसा अनुभव आला. त्यामुळे हाय कमांड माझ्यावर खूप नाराज झाले. अर्थात मी सावध होतोच. मलाही वाटतं की तू अल्टामॉटच्या बाबतीत विशेष सावधान रहावं !'

'हर्लिंग, तुम्ही मुळीच काळजी करू नका ! अल्टामॉटनी आता पर्यंत माझ्यासाठी पाच वेळेला काम केलेले आहे. त्याच्या मोबदल्यात मी त्याला हवी ती रक्कम मोजलेली आहे. त्याचे वृद्ध आई-वडील खूप आजारी असतात. यातही त्याच्या वडिलांना एका असाध्य रोगानं पछाडलेलं आहे. याचा फायदा त्यालाही होतो आणि आपल्यालाही.'

'बोर्क, तसं असेल तर हरकत नाही, अन्यथा ही लोभी माणसं पैशासाठी वाटेल ते करणारी असतात. इंग्लिश माणसं वरुन किती गोड बोलणारी असली, तरी आतून कधी दगा फटका करतील याचा नेम नाही. आपण जर्मन लोक मुळातच आक्रमक असतो, मोकळे असतो. तसं यांच नाही. अर्थात मित्र म्हणून तुला सावध करणं, माझ काम आहे.'

'हर्लिंग, आजच्या कामासाठी मी त्याला पाचशे पौंड मोजणार आहे. दुसरं असं की मी ते कागद घेतले की...अल्टामॉटचा निकाल लावणार आहे. जाताना इथल्या समुद्रातील माशांना काहीतरी खाद्य द्यायला हवं ना ! म्हणून तर इतके दिवस मी त्याला पोसलं होतं. तो आल्यानंतर काय करायचं, याची मी योजना केली आहे. बघू या. आधी कागद तर माझ्या हाती येऊ देत. मी हे खरं तर तुला सांगणार नव्हतो पण आता तू विषयच काढला आहेस म्हणून सांगितलं !'

'गुड, व्हेरी गुड ! हाय कमांड तुझी नेहमीच स्तुती करीत असतो. तू इंग्लंड मधे एकदा बोटीच्या शर्यतीत भाग घेतला होतास आणि ती स्पर्धा जिंकली होतीस. तुला शिकारीचा नाद आहे. शिवाय तू बॉक्सिंग चॅम्पियन आहेस.'

'आज बेत काय आहे, माझी अगदी स्तुती चालवली आहेस तू ? तुला ड्रींक्स हवी आहे का ? तुला सांगायचं राहिलं, अल्टामॉटला ड्रीक्सची प्रचंड आवड आहे. पैसा आणि ड्रींक्स हे त्याचे वीक पाईन्ट्स आहेत.'

'पण माझे नाहीत. कधी कधी मला वाटतं की तुझी ही जागा सेफ नाहीये.'

'तू चुकतो आहेस. अरे हा बंगला जर्मन वकिलातीच्या हद्दीत येतो. इथं इंग्रज पोलिस दल येऊ शकणार नाहीत. मुख्य म्हणजे आपल्या बॅगा इथं तपासल्या जात नाहीत.'

'बरं, सगळी कागदपत्र नीट घेऊन जा. कालच जर्मनीनं रशियाला सेनासज्जतेसह युद्धाला आव्हान दिले आहे. इतकंच नव्हे तर चारच दिवसापूर्वी अठ्ठावीस जुलै रोजी ऑस्ट्रिया-हंगेरीने सर्बीयाविरुद्ध युद्ध पुकारलेले आहे. आता या सर्वात इंग्लंडची भूमिका काय राहिल ते महत्त्वाचं आहे. अमेरिका तर गोंधळलेलीच आहे. त्यामुळे या सर्व प्रकारात आपली कुठली बाजू असावी, या बाबत त्यांची धोरणं अनिश्चित आहेत. इंग्लंडची अजून युद्धाची तयारी झालेली नाही. ते आपल्या देशांपेक्षा खूप मागे आहेत. पण पुढे त्यांना पश्चाताप झाल्याशिवाय राहणार नाही.'

'मी अल्टामॉटकडून कागद घेतल्यानंतर त्याचाच नव्हे तर इथल्या परिसराचा काटा काढून टाकतो. हा सगळा परिसर जमिनदोस्त

झाला पाहिजे. आता तुला सांगायला हरकत नाही. चल माझ्याबरोबर! आपण माझ्या खास रूममध्ये जाऊ या.'

'खास रुम ?'

'होय. सरकती भिंतच आहे ती. एक कळ दाबली की अख्खी भिंत फिरते. हे बघ..आता या भिंतीच्या मागे पाच फुटाची एक छोटी खोली केलेली आहे. या भिंतीत मी छोटी छोटी कपाटं केली आहेत. यात सगळी कागदपत्रे ठेवलेली आहेत. तुला सांगतो, फ्रान्सला, नव्याने विकसित होत असलेला मशिनगन्स हा प्रकार अजूनही अज्ञात आहे. ते तोफांवरच भर देऊन आहेत. इंग्लिश लोकांनी काही मशिनगन्स विकसित केली आहेत. त्याची कागदपत्रे मला अल्टामॉट मिळवून देणार आहे. तेव्हा काही वेळेला धोका हा पत्करावाच लागतो. अर्थात ही भिंतीची कळ विशिष्ट नंबर फिरवल्यानंतरच उघडली जाते. हे बघ !'

'अप्रतिम ! हे डिझाइन कोणी केलं ?'

'मीच हे डिझाइन इथल्या मुक्कामात विकसित केलं. इथं बसण्यासाठी एक लहानसं टेबलही आहे. बरं आत आल्यावर इथे एक झरोका केला आहे आणि तो तळघरात उघडला जातो. अगदीच कोणी बंगल्यावर धाड टाकली तरी कुणाला कळणार नाही. मुख्य म्हणजे ह्या भिंतीला आगीपासून काही धोका नाहीये. इथं मला एकांत मिळतो. मग मला मिळालेल्या कागदपत्रांवर मला संशोधन करता येतं. मुख्य म्हणजे या भिंतीला दुहेरी लॉक आहे. त्यामुळे एक तर इथं भिंत आहे हे कोणाला कळणार नाही आणि कळलंच तर ही भिंत सरकवता येणार नाही.'

'घरात आणखीन कोण कोण असतं ?'

'माझ्याकडे मार्था नावाची एक वृद्ध स्त्री काम करते. तिनंच माझ्या मुलींना चांगल सांभाळलेलं आहे. तिला मी बायकोबरोबर जर्मनीला पाठवणार होतो. पण तिचं इथं कुटुंब आहे. मुख्य म्हणजे ती बाई अडाणी असूनही वर्षभरात जर्मन भाषा तिनं चांगली आत्मसात केली आहे.'

'चल बोर्क, मी निघतो आता. युद्धाचे वातावरण सर्वत्र आता घुमू लागेल. या आगीत आपण भक्ष्यस्थानी पडायला नको. आपण आता थेट जर्मनीलाच भेटू ! अच्छा !'

बाहेर पडल्यावर हर्लिंग यांनी आपल्या ड्रायव्हरला हात केला आणि गाडी थेट आमच्या वरच्या वळणापाशी आली. त्यात हर्लिंग बसला. त्याची गाडी अगदीच दिसेनाशी झाल्यावर बोर्क पुन्हा आपल्या बंगलीत परतले. त्यांना आता आपल्या सामानाची बांधाबांध करायची होती. मोजकचं पण नेमकं सामान घेऊन आज रात्री येथून सुटायचंच असा निश्चिय बोर्कनी केला.

परतताना बोर्कला नकळत आपल्या बायका-मुलांची आठवण झाली. ते नसताना हा सगळा बंगला त्यांना अगदीच ओकाबोका वाटायला लागला. त्यांनी एकवार त्या लाब रस्त्यावर नजर टाकली. खरं तर अल्टामॉटनी कुठल्याही क्षणी यायला हवं ! तो येईलही. बोर्क यांची मनोदेवता त्याना सांगत होती.

नकळत बोर्क यांनी एक सिगारेट पेटवली आणि ते आपल्या गुप्त खोलीत गेले. एक क्षणभर त्यांनी आपल्याच या छोट्या खोलीकडे पाहिलं. त्यांना स्वत:चाच अभिमान वाटला. त्यांनी महत्त्वाची कागदपत्रं काळजीपूर्वक आपल्या बॅगेत ठेवायला सुरवात केली.

तेवढ्यात आवारात गाडी थांबल्याचा आवाज आला.

बोर्क आपल्या गुप्त खोलीतून बाहेर आले आणि त्यांनी काळजीपूर्वक भिंत पुन्हा आहे तशी सरकवली.

बोर्क यांनी अल्टामॉटचे मनापासून स्वागत केलं आणि मोठ्या अधीरतेनं विचारलं, 'माझं काम झालं ?'

'अर्थातच'

'नाविक दलाची सगळी कागदपत्रे मिळाली आणि मशिनग्नच्या डिझायनच्या ब्लू प्रिंट्सही आणल्या आहेत. तुम्ही मला दोनशे पाऊंड एक्स्ट्रा द्यायला हवेत बोर्क आणि ड्रींक्सची एक बाटलीही. हे पहा, सगळं ब्राऊन पेपरमध्ये गुंडाळून आणलं आहे.'

'दोनशे पाऊंड ?'

'तुमच्या इथल्या सुरक्षा रक्षकानं मला अडवलं आणि त्यामुळे त्याला पटवण्यात मला थोडा वेळ लागला. त्याला मोठी लाच दिल्याशिवाय तो थोडीच आत येऊ देतो. त्यात मला तुमची जर्मन भाषा नीटशी येत नाही. त्यामुळे दरवेळी घोटाळा होतो. अर्थात मी सगळं निभावून नेलं, हा भाग वेगळा.'

'द्या ती कागदपत्रे आणि आराखडे ?'

'छे छे, आपला जो काही वायदा ठरला आहे, प्रमाणे पैसे मिळाले की मग नंतर मी कागदपत्रे देणार !'

'तुम्ही व्यवहाराला अगदी पक्के दिसताहात !'

'रहायलाच हवं. नाहीतर तुम्ही जर्मन माणसं, आमचा कधी काटा काढाल, हे काही सांगता येत नाही.'

'हे मात्र अतीच झालं हं अल्टामॉट ? हा आपला पहिला

व्यवहार नाहीये ! या पूर्वीही चार व्यवहार आपण केले आहेत.'

'ते सगळं ठीक आहे हो, हा आपला शेवटचा व्यवहार आहे. त्यानंतर तुम्ही आपल्या देशात जाणार ! मग मीच काय इथला सुंदर परिसर पुढच्या तीन-चार दिवसात बेचिराख होणार !'

'हे तुम्हाला कसं कळलं ?'

'अहो आता युद्ध सुरू होणार म्हणजे प्रत्यक्ष पुढल्या कृतीला सुरवात होणार ! आम्ही अमेरिकन्स मात्र यात अलिप्त आहोत. मुख्य म्हणजे इथले इंग्लिश लोकही झोपलेले आहेत. त्यांनी युद्धाची काहीच तयारी केली नाही. पण मला मनापासून वाटतं की तुम्ही हा परिसर तरी बेचिराख करू नये. या मातीनं चार वर्षे तुम्हाला चांगलं सांभाळलेलं आहे. बरोबर आहे ना ?'

'पण त्याला काय इलाज आहे ?'

'खरं सांगू बोर्क, तुमचा हा परिसर मला विशेषत्त्वाने आवडतो. इथं खिडकीत उभा राहिलं तरी समुद्रावरचं खारं वार अंगावर येतं. तुमच्या जर्मनीपेक्षा इथली हवा खूप छान आहे, नाही ?'

'अल्टामॉट, तुम्ही अमेरिकन असल्याने, तुम्हाला हा परिसर आवडला आहे इतकंच ! घ्या ड्रींक्स घ्या.'

'थँक्यू ! क्या बात है ! ही तुमची जर्मन मेड दारू मला फार आवडते. त्याला एक वेगळीच उंची चव आहे. तुमची अभिरुची सर्वोत्तम आहे बोर्क !'

'तुम्ही कागदं देताय ना ?'

'एका हातानं पैसे आणि दुसऱ्या हाताने सगळा व्यवहार !'

'तुम्ही माझ्यावर अविश्वास दाखवताय ?'

'खरं सांगू बोर्क, तुम्ही लोकांनी जॅक जेम्सला अडकवलंत.

तोही तुमच्यासाठी काम करीत होता. आता तो ब्रिटीश लोकांच्या ताब्यात आहे आणि ते त्याचे हाल करीत आहेत. खरं तर बोर्क, तुम्ही त्याला वाचवायला हवं होतं. तो अमेरिकन आहे. तुम्हा जर्मन लोकांना, अमेरिकन काय अन इंग्रज, काय सगळे सारखेच ! तुम्ही कोणाला दयामाया दाखवणार नाही.'

'छे छे, तुमचा काही तरी गैरसमज होतो आहे. तो त्याच्या गुणांनी पकडला गेला. फाजील आत्मविश्वास त्याला नडला.'

'मग ॲलिसचं काय ?'

'तो तर ठार वेडाच होता. भलतंच धाडस करायला गेला आणि अडकला. मग मला त्याला गोळी मारावीच लागली. नाहीतर आपण सगळेच लटकलो असतो.'

'तेही खरंच आहे म्हणा ! असो ही सगळी कागदपत्रे घ्या. खालच्या बाजूला मशिनगन्सचे ब्ल्यू प्रिंट्स आहेत.'

'गुड, व्हेरी गुड ! हे घ्या तुमचे पैसे !'

'थँक्स ! पण ही कागदं नीट ठेवा ! कारण युद्धाचे वारे वहायला लागले आहेत. त्यांना माझाही संशय येतो आहे. तुमच्या इथं ते येऊ शकतात.'

'अल्टामॉंट, आता मी तुमच्या देखतच ते अलमारीत ठेवतो.'

'इथं, बाहेरच्या कपाटात !'

'छे हो, माझी अलमारी तुम्ही बसले आहात, त्याच्या मागे आहे. जरा उठा पाहू !'

'काही तरीच काय सांगता आहात ! इथं तर भिंत आहे. ती भिंत तुम्ही चालवणार आहात का ?'

'आम्ही जर्मन लोक काहीही, म्हणजे काहीही करू शकतो.'

'दाखवा पाहू ?'

'हे पहा, ही सरकती भिंत आहे. त्याला सुद्धा एका विशिष्ट कळ आहे आणि या कळीला एक कोड नंबर आहे. बघा तर खरं ! १४ जुलै १९१४ हा याचा कोड आहे.'

'झकास बोर्क, मानलं तुम्हाला ! हे डिझाइन तुम्ही केलं ?'

'अर्थातच ! इथल्या वास्तव्यात मी ते तयार केलं. त्यामुळे कोणत्याही क्षणी जरी पोलिस आले, तरी मला भीती नसते. आता हे फक्त तुम्हालाच ठाऊक आहे. म्हणूनच आता तुम्ही माझ्यासाठी धोकादायक आहात. त्यामुळे तुमचं जिवंत राहणं, हे माझ्यासाठी घातक ठरू शकतं, अल्टामॉट !'

'बघा, मी तुम्हाला मघाशीच म्हटलं की तुम्ही जर्मन लोक कधी उलटाल, याचा नेम नाही. ॲलिसलाही तुम्ही मारलं आणि आता मला ! माझे वडील असाध्य रोगाने जर पछाडले नसते तर मी हे काम केलं असतं का ?'

'इट्स पार्ट ऑफ द् गेम अल्टामॉट !'

'ठीक आहे, मी मरायला तयार आहे. पण तुम्हाला मिळालेली कागदं तरी बरोबर आहेत का, जरा बघा ?'

'का, तुम्ही काही दगाफटका केला आहे ?'

'हाच तुमच्यात आणि माझ्यात फरक आहे. बघा तर खरं?'

बोर्क मोठ्या अधिरतेनं ती कागदं बघतो, ते बघत असतानाच अल्टामॉट आपल्या खिशातून क्लोरोफॉर्मचा रुमाल काढतो आणि झटकन बोर्क यांच्या तोंडावर दाबतो. दुसऱ्याच क्षणी बोर्क धडपडत

खाली पडतो. अल्टामॉट शांतपणे खाली पडलेल्या बोर्ककडे पाहतो.

तेवढ्यात आतल्या खोलीतून मार्था तिथं येते.

'काय झालं होम्स, बोर्क मेला ?'

'तो मरून कसं चालेल. त्याला जिवंत तर ठेवायलाच हवा! त्याच्याकडून बरीच माहिती आपल्याला गोळा करायची आहे.

होम्स, खिडकीपाशी जातो आणि आपल्या ड्रायव्हरला हात करतो. ड्रायव्हर आत येतो.

होम्स त्याला म्हणतो, 'वॉटसन, ह्याला चांगला बांध.'

'होय, अल्टामॉट साहेब !'

वॉटसनच्या त्या उद्‌गारावर होम्स मनापासून हसतो आणि आपला पाईप काढतो. पेटवतो. आता त्याच्या चेहऱ्यावर नेहमीचं हास्य असतं ! तो वॉटसनकडे पहात म्हणतो, 'चला, एक मोठी कामगिरी तर पडली. या प्रकरणाने अख्ख वर्ष काढलं !'

तेव्हा वॉटसन होम्सला म्हणतो, 'होम्स तुला मानायलाच हवा ! गेले वर्षभर तू याच्या सोबत आहेस. त्याला कागदपत्रे देतो आहेस. पण त्याला कधी तुझा थेंबभरही संशय नाही आला !'

'उलट या मुर्खाने या भिंतीच्या कळीचा कोडंही मला सांगितला. तो माझं काम संपल्यावर माझाच काटा काढणार होता. आम्ही ब्रिटीश लोक इतके मुर्ख नसतो म्हणावं ! त्याला माहित नाहीये की ही सगळी जर्मन वसाहत आम्ही कधीच ताब्यात घेतली आहे ते! मुख्य म्हणजे याचे सहाही साथीदार पकडले गेले आहेत.'

तेवढ्यात शिट्यांचे आवाज येतात आणि लेसट्रेड, ब्रिटीश फोर्ससह आत येतो. ते सर्व बंगल्याचा ताबा घेतात.

लेसट्रेड, होम्सचे मनापासून आभार मानतो. तो होम्सला

म्हणतो, 'प्रत्येक वेळी तू आमच्या मदतीला धावून आला आहेस. तुझे आभार कसे मानावेत हे मला कळत नाहीये.'

होम्स गालातल्या गालात हसतो. लेसट्रेडच्या खांद्यावर प्रेमाने हात ठेवतो आणि म्हणतो, 'चल निघतो आता !'

दुसऱ्याच क्षणी होम्स, वॉटसनसह तेथून बाहेर पडतो.

****

१९४६मध्ये प्रस्थापित झालेले जयको पब्लिशिंग हाऊस हे जगाचा कायापालट करणाऱ्या श्री श्री परमहंस योगनंद, ओशो, द दलाई लामा, श्री श्री रविशंकर, सद्गुरू, रॉबिन शर्मा, दीपक चोप्रा, जॅक कॅनफिल्ड, एकनाथ ईश्वरण, देवदत्त पट्टनायक, खुशवंत सिंग, जॉन मॅक्सवेल, ब्रियान ट्रेसी आणि स्टीफन हॉकिंग यांसारख्या लेखकांचे घर आहे.

आमचे संस्थापक कै. जमन शहा यांनी पुस्तक वितरण कंपनी म्हणून जयकोची स्थापना केली. स्वातंत्र्यदिन जवळ येत असल्याचे जाणवून त्यांनी चोखपणे त्यांच्या कंपनीचे नाव जयको (हिंदीत 'जय' म्हणजे विजय) ठेवले. किफायतशीर दरातील पुस्तकांच्या मागणीची सेवा पुरवण्यासाठी श्री. शहा यांनी जयकोची स्वतःची प्रकाशने सुरू केली. जयको ही इंग्रजी भाषेतील कागदी बांधणीच्या पुस्तकांची भारतातील पहिली प्रकाशन कंपनी होती.

स्वावलंबन, धर्म आणि तत्वज्ञान, बुद्धी / शरीर / आत्मा तसेच व्यावसायिक पुस्तके ही आमच्या ललितेतर वाङ्मयाचा भाग आहेत. त्याचसोबत आम्ही प्रवास, चालू घडामोडी, आत्मचरित्रे तसेच प्रसिद्ध विज्ञान पुस्तकांचेही प्रकाशन करतो. आमच्या भारत तसेच जगभरातील तरुणाईच्या ताज्या प्रतिभेच्या पुस्तकांतून लोकप्रसिद्ध ललित वाङ्मयावर असलेला आमचा भर दिसून येतो. सध्याच प्रस्थापित झालेला जयकोचा भाषांतर विभाग निवडक इंग्रजी मजकुराचे नऊ प्रादेशिक भाषांमध्ये भाषांतर करतो.

प्रकाशक तसेच स्वतःच्या पुस्तकांचे वितरक असण्याबरोबरच जयको आघाडीच्या आंतरराष्ट्रीय आणि भारतीय प्रकाशकांच्या पुस्तकांची राष्ट्रीय वितरकही आहे. मुंबईत मुख्यालय असलेल्या जयकोच्या अहमदाबाद, बॅंगलोर, चेन्नई, दिल्ली, हैद्राबाद आणि कोलकत्ता येथे शाखा तसेच विक्री कार्यालये आहेत.

Visit our Website

Scan QR Code